உடன் பிறந்தார் இருவர்

கா. ந. அண்ணாதுரை

Title: Udan Piranthar Iruvar

Author: C. N. Annadurai

Language: Tamil

First Published on: 1955

Year of Publication: 2024

Book Format: Paperback

*Page Size: 6inch * 9inch*

Category: Fiction

Subject: Short Novel

No. of pages: 60

ISBN: 978-81-987963-3-2

Published by: Nilan Publishers, Madurai, Tamilnadu, India

பொருளடக்கம்

உடன் பிறந்தார் இருவர்......4

பகுதி: 1......4

பகுதி: 2......18

பகுதி: 3......32

பகுதி: 4......45

குறிப்புகளுக்காக

உடன் பிறந்தார் இருவர்

பகுதி: 1

"காட்டு மிருகங்களுக்குக் குகையும் புதரும் உண்டு, தங்கியிருக்க; நாட்டைக் காக்கும் போர் வீரர்களாகிய உங்களுக்கு உறைவிடம் உண்டா?"

இல்லையே!!

"மாற்றான் வருகிறான் தாயகத்தைத் தாக்க, உங்கள் இல்லத்தைக் காக்கக் கிளம்புங்கள் என்று தளபதிகள் முழக்கமிடுகிறார்கள், உங்களைப் போர்க்கோலம் கொள்ளச் செய்கிறார்கள்! உங்களுக்கு எங்கே இல்லம் இருக்கிறது? எந்த இல்லத்தைக் காப்பாற்ற நீங்கள் போரிடவேண்டும்? இல்லம் இருக்கிறதா உங்களுக்கு?"

இல்லை! இல்லை!

"இரத்தம் கொட்டுகிறீர்கள் நாட்டுக்காக. உயிரையும் தருகிறீர்கள், தாயகத்தைக் காப்பாற்ற. தாயகம் உங்களுக்குத் தருவது என்ன?"

தெரியவில்லையே!!

"தெரியவில்லையா! காற்றும் ஒளியும் கிடைக்கிறது! இருக்க இடம் தரவில்லை தாயகம்! உழுது பயிரிட வயல் இல்லை. ஒண்டக் குடிசை இல்லை."

ஆமாம்! ஒண்டக் குடிசையும்தான் இல்லை.

வீர இளைஞன், விழியிலே கனிவுடன் காட்சிதரும் இலட்சியவாதி, பெருந்திரளான மக்களைப் பார்த்துக் கேட்கிறான். அவனுடைய கேள்விகள் அந்த மக்கள் மனத்திலே தூங்கிக் கொண்டிருக்கும் எண்ணங்களைத் தட்டி எழுப்புகின்றன.

இதே கேள்விகள், அவர்கள் மனத்திலே ஆயிரம் முறை எழும்பின - அடங்கின! மாளிகைகளைக் காணும் போதெல்லாம் இந்தக் கேள்விகள், மனத்தைக் குடைந்தன! பசும் வயல்களிலே முற்றிக் கிடக்கும் கதிர்களை அறுவடை செய்தபோதும், பழமுதிர் சோலைகளிலே பாடுபட்டபோதும், பாதை ஓரத்தில் நின்று பட்டுடைக்காரருக்கு மரியாதை செய்தபோதும், அவர்கள் மனத்திலே இந்தக் கேள்விகள் எழுந்தன!

ஆலயங்களிலே கோலாகல விழாக்கள் நடைபெற்ற பொழுதெல்லாம் இந்தக் கேள்வி! ஆடல் பாடல் அரங்கங்களி

லிருந்து களிப்பொலி கிளம்பிய போதெல்லாம் இந்தக் கேள்வி! மதுவும் மமதையும் தலைக்கேறிய தருக்கரின் சிவந்த கண்களை

யும், சிங்காரச் சீமாட்டிகளின் பல வண்ண ஆடைகளையும் கண்டபோதெல்லாம் இந்தக் கேள்வி!

உழைத்து அலுத்து, உண்டது போதாததால் "இடும்பைகூற் என்வயிறே" என்று ஏக்கமுற்றபோது - இந்தக் கேள்வி! சவுக்கடி பட்டபோது இந்தக் கேள்வி - சகதியில் புரண்ட போது, இந்தக் கேள்வி - பன்முறை, இக்கேள்வி மனத்திலே எழுந்ததுண்டு - நிலைமை தெரிகிறது - தெரிந்து?

தாயகத்தின் மணிக்கொடி வெற்றிகரமாகப் பறந்து, ஒளி விடுகிறது. வாகை சூடுகிறார்கள் மாவீரர்கள் - விருந்துண்கிறார்கள் சீமான்கள் - விருதுகள் அளிக்கும் விழாவுக்குக் குறைவில்லை. ஆண்டவர்களையும் மறக்கவில்லை, அழகழகான கோவில்கள், அலங்காரம், திருவிழா - இந்த வேலைப்பாடுகள் குறைவற உள்ளன - நமக்குத்தான், இருக்க இல்லம் இல்லை, வாழ்வில் இன்பம் இல்லை!

தாயகம், மாற்றாரை மண்டியிடச் செய்திருக்கிறது - வெற்றிப் பாதைகள் அமைக்கப்பட்டுள்ளன - மண்டலங்கள் பிடிபட்டன, மாநகர்கள் தரைமட்டமாக்கப்பட்டன, கொன்று குவித்ததுபோக மிச்சம் இருப்பவர்கள், அடிமைகளாக்கி, வீரம் அறிவிக்கப்படுகிறது!

தாயகம்! கம்பீரம், வீரம், வளம், எனும் அணிபணிகளுடன்!! ஆனால், நமக்கோ ஒண்டக் குடிசையில்லை, மாமா, தாயகத்தின் வெற்றிக்காகக் குருதிகொட்ட அழைக்கப்படுகிறோம், முரசு கேட்டதும் பாய்ந்து செல்கிறோம், மாற்றான் புறமுதுகு காட்டும்வரை போரிடுகிறோம், தாயகம்! தாயகம்!! என்று தளபதிகள் வீரத்திலே முழக்கமிடும்போது, எழுச்சி கொள்கிறோம், எத்தனை பேர் எதிரிகள், என்ன ஆயுதம் நம்மிடம், என்பது பற்றிய கவலையற்றுப் போரிடுகிறோம், பிணங்களைக் குவிக்கிறோம், பிறந்த நாட்டில் பெருமைக்காக - ஆனால் அந்தப் பிறந்த நாட்டின் நமக்கு உள்ள நிலை என்ன? அந்த வீர இளைஞன் கூறியதுபோல், காட்டுமிருகங்களைவிடக் கொடுமையானது! நமக்கும் தானே இது தாயகம்? நாம், அவ்விதம் தான் கருதுகிறோம், ஆனால், நாடாளும் நாயகர்கள், அவ்விதம் கருதுவதாகத் தெரியவில்லை. கருதினால் நம்மை இந்தக் கதியிலா வைத்திருப்பர்! நியாயமான கேள்வி கேட்டான் இளைஞன். நேர்மையாளன்! அஞ்சா நெஞ்சன்! ஏழைப் பங்காளன்!!

மக்கள் வாழ்த்துகின்றனர் - தம் சார்பாகப் பேசும் இளைஞனை - அவனோ, வாழ்த்துப்பெற, உபசார மொழிகளை வழங்குபவனல்ல, அவன் உள்ளத்திலே தூய்மையான ஒரு குறிக்கோள் இருக்கிறது - கொடுமையைக் களையவேண்டும் என்ற குறிக்கோள்; உறுதிப்பாடு.

தாயகத்தின் வெற்றிகளையும் அவன் கண்டிருக்கிறான் - அந்த வெற்றிக்காக, உழைத்த ஏழையரின் இரத்தக் கண்ணீரையும் பார்த்திருக்கிறான்.

மமதையாளர்கள் மாளிகைகளிலே மந்தகாச வாழ்வு நடாத்துவதையும் பார்த்திருக்கிறான், உழைப்பாளர் உடல் தேய்ந்து உள்ளம் வெதும்பிக் கிடப்பதையும் கண்டிருக்கின்றான்.

இருசாராருக்கும் இடையே உள்ள பிளவு, பயங்கரமான அளவிலே விரிவதும் காண்கிறான்-, இந்தப் பிளவு, எதிர்கால அழிவுக்கே வழி செய்கிறது என்பதையும் அறிகிறான்.

கைத்திறனும் வாய்த்திறனும் கொண்டவர்கள் கண்மூடி மக்களது நிலத்தை எல்லாம் கொத்திக் கொண்டு ஏப்பம் விடுகிறார்கள் - இது அபாய அறிவிப்பு என்பது அவனுக்குப் புரிகிறது.

கூலி மக்கள் தொகை தொகையாய் அதிகரிக்கிறார்கள் - புழுப்போலத் துடிக்கின்றார்கள் - இனி, புதுக் கணக்குப் போடா விட்டால், ஓடப்பர் உதையப்பர் ஆகிவிடுவர் என்பது அவனுக்குத் தெரிகிறது. ஆனால், ஆர்ப்பாட்டக்காரர் இதை அறிய மறுக்கிறார்கள். தாயகத்தின் வளத்தை அவர்களே சுவைக் கிறார்கள், செக்கு மாடென உழைக்கும் ஏழை மக்களுக்குச் சக்கை தரப்படுகிறது - இந்தப் ‘பாபம்’ போக்கிக்கொள்ள, பல்வேறு கடவுளருக்கு விழா நடத்தப் பணம் இருக்கிறது - பயம் என்ன!

இரண்டாயிரத்து எண்பத்து ஆறு ஆண்டுகளுக்கு முன்பு, ரோம் நாட்டில், அங்காடிச் சதுக்கத்தில், காணப்பட்ட காட்சி இது!

"காட்டு மிருகங்களுக்கேனும் குகை இருக்கிறது, நாட்டைக் காக்கும் வீரர்களே! உங்களுக்கு உறைவிடம் உண்டோ?" என்று கேட்டான், டைபீரியஸ் கிரேக்கஸ் எனும் இளைஞன்.

இன்று, உலகில் பல்வேறு நாடுகளிலே காணப்படும் எந்தத் துறைக்கும், 'வித்து' ஆதிநாள் 'கிரேக்க - ரோமானிய' அறிவுக் கருவூலம், என்பது ஏற்றுக் கொள்ளப்பட்டுள்ள உண்மையாகும். கிரேக்க, ரோமானிய பேரரசுகளின் பெருமையைக் கூறிவிட்டுத் தான், பிறவற்றைப் பற்றிப் பேசுவர், மேலைநாட்டு வரலாற்றுரை ஆசிரியர்கள். மெச்சத்தக்கதும், பாடம் பெறத் தக்கதுமான பல்வேறு கருத்துக்களை உலகுக்கு அளித்தன, அவ்விரு பூம்பொழில்கள். எனினும், அங்கு உலவி, பிறகு அவற்றை நச்சுக்காடாக்கிய அரவங்கள் சிலவும் உலவின! வண்ணப் பூக்களையும், அவற்றை வட்டமிட்டு வண்டுபாடும் இசையையும், தாமரைபூத்த குளத்தினையும், அதிலே மூழ்கிடும் கோமளவல்லிகளையும், கண்டு சொக்கிவிட்டால் போதாது - மலர்ப் புதருக்குள்ளே அரவங்காட்டாதிருக்கும் அரவம், பச்சைக் கொடியுடன் கொடியாகக் கிடப்பதையும் கண்டுகொள்ள வேண்டும். ரோம்நாடு இறுதியில், ஆற்றலும் அணியும் இழந்து, வீழ்ந்துபட்டதற்கு முக்கியமான காரணமாக இருந்தது, நச்சரவுகள் போன்ற சில பல நடவடிக்கைகளை, முறைகளை, கருத்துகளை, நீக்காமற் போனதேயாகும்.

ஏழையர் உலகின் பெருமூச்சுக்கு, ரோம், மதிப்பளிக்க மறுத்தது - தன்னைத்தானே அழித்துக் கொள்ளும் கொடு நோய்க்கு ஆட்பட்டது. மண்டிலங்களைப் புதிது புதிதாக வென்று, மணிமுடிகளைப் பறித்துப் பந்தாட்டமாடி

மகிழ்ந்தது. பஞ்சை பராரிகளை, அடக்கி வைப்பதே அரசியல் முறை என்று எண்ணிக்கொண்டது. ஓர் அரசின் மாண்பு, அது களத்திலே பெறும் வெற்றிகளின் அளவைப் பொறுத்து இருக்கிறது என்பதையே குறிக்கோளாக்கிக்கொண்டு, வறண்ட தலையர் தொகை வளருவதைப் பிரச்சனையாகக் கருதாமற் போயிற்று - கீறல், வெடிப்பாகி, வெடிப்பு ஓட்டையாகி, கலம் கவிழ்ந்தது போலாகிவிட்டது, நாட்டின் கதை.

ரோம் நாட்டு வீரம், பிற நாடுகளைப் பீதி அடையச் செய்தது - காலில் வீழ்ந்து கப்பம் கட்டிய நாடுகள் பல - களத்திலே நின்று அழிந்துபட்டன பல - ரோம் நாட்டு வீரப் படையினர், புகாத நகர் இல்லை, தகர்க்காத கோட்டை இல்லை, பெறாத வெற்றி இல்லை, என்று பெருமை பேசிக்கொண்டு, ஒளிவிடும் வாளை ஏந்திய தேசத்தில், எதிரியின் முடியையும், அதனை உறையிலிட்ட நேரத்தில் இன்ப வல்லிகளின் துடி இடையையும் வெற்றிப் பொருளாகக் கொண்டு வாழ்ந்து வந்தனர், மேட்டுக் குடியினர் - நாட்டுக்காக உழைக்கும் ஏழையரோ, டைபீரியஸ் கிரேக்கஸ் கூறியபடி, காட்டு மிருகங்களைவிடக் கொடிய நிலைக்குத் தள்ளப்பட்டனர்.

டைபீரியஸ் கிரேக்ஸ், ஏழையர் சார்பில் பேசும் நாட்களிலே, ரோம், வெற்றி பல கண்டு, செல்வமும் செல்வாக்கும் கொழிக்கும் அரசு ஆகிவிட்டது. வளமற்ற நிலத்திலே வாட்டத்துடன் உழைத்துக் கொண்டு பலன் காணாது தேம்பித் தவிக்கும், பஞ்ச பூமியாக இல்லை, ரோம். அண்டை அயல் நாடுகளிலே, அதன் கீர்த்தி பரவி இருந்தது, வளம் பெருகி வந்தது.

ஆப்பிரிக்காவிலே 300 நகரங்கள் கப்பம் கட்டி வந்தன. ஸ்பெயின், சார்டீனியா, சிசிலி ஆகிய பூபாகங்களிலே, பெரும் வெற்றிகளைக் கண்டு, தரைப்படை மட்டுமல்லாமல்

திறமிக்க கப்பல் படை கொண்டு, வாணிபம் நடாத்திச் செல்வத்தை ஈட்டி, பல நூற்றாண்டுகளாக வெற்றிக்கொடி நாட்டி வாழ்ந்த, கார்த்தேஜ் எனும் மண்டலத்தை ரோம் வென்றது! பயங்கரமான போர் நடாத்தும் ஆற்றல் மிக்க ஹனிபால் என்பான், ரோம் நாட்டுத் தளபதியால் விரட்டப்பட்டான்! கார்த்தேஜ் தரைமட்டமாக்கப் பட்டது. பெருஞ்செல்வம் கொள்ளைப் பொருளாகக் கிடைத்தது. ரோம் சாம்ராஜ்யக் கொடி கடலிலும் நிலத்திலும், கம்பீரமாகப் பறந்தது. சிசிலியும், ஆப்பிரிக்காவும் ரோம் அரசுக்குக் கப்பம் செலுத்தின, தோற்ற காரணத்தால்.

உலகை வென்ற மாவீரன் என்று விருதுபெற்ற அலெக்சாண்டரின் அரசான மாசிடோனியாவை, ரோம் வென்றது! கிரீஸ் தோற்றது!

வெற்றிமேல் வெற்றி! எந்தத் திக்கிலும் வெற்றி! ரோம், இந்த வெற்றிகளால் திரட்டிய செல்வம் ஏராளம். தோற்ற நாடுகளிலிருந்து ரோம், கைது செய்து! கொண்டுவந்த அடிமைகளின் தொகை 100 இலட்சம்! இவர்களை, ‘விலைக்கு’ விற்று ரோம், பணம் திரட்டிற்று.

ஈடில்லை, எதிர்ப்பு இல்லை-, என்ற நிலை பிறந்தது! எந்தெந்த நாட்டிலே என்னென்ன போகப் பொருள் கிடைக்குமோ, அவை எல்லாம், ரோம் நகரிலே கொண்டுவந்து குவிக்கப்பட்டன. முத்தாரங்கள், நவமணிகள், ஆகிய ஆபரணம் அணிந்து, பூந்துகில் உடுத்தி, புன்னகை காட்டிய பூவையர் தம் காதலரின் தங்கப் பிடி போட்ட வாட்களை எடுத்து மூலையில் சாய்த்துவிட்டு, களத்தில் அவன் கொய்த தலைகளின் எண்ணிக்கை பற்றிக் கூறக் கேட்டு, தான் பூம்பொழிலில் கொய்த மலர்களின் அளவுபற்றிக் கூறிட, “அவ்வளவு மலரா! கனியே! மெத்தக் கஷ்டமாக இருந்திருக்குமே!” என்று வீரன் கூற, “எல்லாம் தங்களைக்

கண்டதும் பறந்ததே கண்ணாளா!" என்று அவள் கூற - காதல் வாழ்வு நடாத்திய கனவான்கள் நிரம்பினர், ரோம் நாட்டில்.

அந்தச் சமயத்திலே ஏழையர் உலகு ஏக்கத்தால் தூக்கமிழந்து, நெளிந்தது. இதைக் கண்டு உள்ளம் வாடினான், டைபீரியஸ் கிரேக்கஸ். தன் தொண்டு மூலம் ஏழையரை உய்விக்க வேண்டும் என்று தீர்மானித்தான்.

வையகம் வியக்கும் அறிவுக் கருவூலப் பெட்டகமென விளங்கிய கிரேக்கநாடு, இருப்புச் செருப்பினரால் முறியடிக்கப்பட்டது; அந்நாட்டு அறிஞர்கள், கவிஞர்கள், கலைஞர்கள் ஆகியோர், ரோம் நாட்டிலே அடிமைகளாக அமர்ந்து, 'எஜமானர்களுக்கு' கலையின் நேர்த்தியையும் காவியத்தின் மேன்மையையும் எடுத்துக் கூறி இன்பமூட்டி வந்தனர். உலக வரலாற்றிலே மனத்தை உருக்கவல்லதான நிகழ்ச்சி, இது. தோற்ற கிரேக்கர்கள், வெற்றிபெற்ற ரோம் நாட்டவருக்கு, அடிமைகளாக இருந்து வந்தனர். களத்திலே கண்டெடுத்த கொள்ளைப் பொருள்களைக் காட்டி மகிழ்வதுடன் ரோம் நாட்டுச் சீமான், அடிமையாகக் கொண்டுவந்த கிரேக்கக் கவிஞனையும் காட்டிக் களிப்பான். 'பாடு' என்பான் படைத்தளபதி, கிரேக்கக்கவி அரும் பாடலை அளிப்பான், அதன் பொருளையும் அளிப்பான் - இன்பமும் அறிவும் குழைத்தளிப்பான், அடிமைதரும் இன்னமுதை உண்டு மகிழ்வான், ரோம் நாட்டுச் சீமான்.

போர்த்திறனைப் பெறுவதுதான், வாழ்வில் உயர்வளிக்கும் என்பதையும், வீரவெற்றிகள் பெற்றவனை நாடு தலைவனாகக் கொள்கிறது என்பதையும் கண்டு கொண்ட ரோம் நாட்டு உயர்குடியினர், அந்தத் துறையிலேயே ஈடுபட்டனர்; அரசு அவர்களை ஆதரித்தது, போற்றிற்று.

டைபீரியஸ் கிரேக்கஸ், இத்தகைய புகழ் ஏணி மூலம் உயர்ந்திருக்கலாம்; செல்வக்குடி பிறந்தவன், கீர்த்தி வாய்ந்த குடும்பத்தினன், போர்த்திறனும் பெற்றிருந்தான். ஆப்பிரிக்காவில் மண்டிலங்களை வென்று, விருதுபெற்ற, ஸ்கிபியேர் என்பானின் பெண்வயிற்றுப் பேரன், டைபீரியஸ் கிரேக்கஸ், ரோம் நாடு அவனுக்கு உயர் மதிப்பளிக்கத் தயாராக இருந்தது. டைபீதியஸ் கிரேக்கஸ், கெயஸ் கிரேக்கஸ் எனும் இரு புதல்வர்களுக்கும் தாயார், கர்னீலியா. நாட்டவரின் நன்மதிப்பைப்பெற்றார். ஆழ்ந்த அறிவும், சிறந்த பண்புகளும் மிக்க அந்த அம்மையின் சொல்லுக்கு நல்ல செல்வாக்கு உண்டு. ஸ்கிபியோவின் மகள் கேட்கும் எந்தப் பதவியையும், உயர்வையும், டைபீரியசுக்குத் தர, எந்த ரோம் நாட்டுத் தலைவனும், மறுத்திடமுடியாது. வாழ்வில் இன்பம், அரசில் பெரும்பதவி பெற்று, ஒய்யாரவாழ்வு நடத்திவர, வாய்ப்பு இருந்தது, டைபீரியஸ் கிரேக்கசுக்கு. எனினும் அவன், பிறருக்காக வாழப் பிறந்தவன். ஏழையரின் இன்னலைத் துடைப்பதிலும்-, புதுமண்டிலங்களை வெல்வதிலும் மேலான வெற்றி என்ற எண்ணம் கொண்டவன்.

வெறியன்! என்றனர், சிலர். மயக்க மொழி பேசுகிறான், ஏழை மக்களை ஏய்த்துத் தன் பக்கம் திரட்டிக் கொள்ள! என்றனர், சிலர். அனைவரும் இவன் கவனிக்கப்பட வேண்டியவன் என்று கூறவேண்டி இருந்தது; டைபீரியஸ், நாட்டுக்கு ஒரு பிரச்சினையாகி விட்டான்.

அவனை ஒத்த இளைஞர்கள்போல அவன் சோலைகளையும் சொகுசுக்காரிகளையும் நாடிச் செல்லும் சுகபோகியாக இல்லை; எளிய வாழ்க்கை நடத்தி வந்தான். ஏழையருடன் பழகிவந்தான். களத்திலே பெற்ற வெற்றிகளை எடுத்துக் கூறி, காதற் கனிபறித்து மகிழ்ந்திருக்கும் காளையர் பலப்பலர். டைபீரியஸ், அவர்கள் போலல்லாது, நாட்டுக்கு உண்மையான சீரும் சிறப்பும் ஏற்பட வேண்டுமானால்

வறியவருக்குள்ள வாட்டம் தீர்க்கப்பட வேண்டும் என்று திட்டமிட்டுப் பணியாற்றினான், ஈராயிரம் ஆண்டுகட்கு முன்பு.

ரோம் நாட்டுச் சமுதாய அமைப்பு - பெட்ரேஷியன், பிளபியன் எனும் இரு பெரும் பிரிவு கொண்டதாக இருந்தது - முன்னவர் மேட்டுக் குடியினர், சீமான்கள், பரம்பரைப் பணக்காரர்கள் - இரண்டாமவர், ஏழைகள், ஏய்த்துப் பிழைக்கத் தெரியாதவர்கள், நாட்டின் முதுகெலும்பு போன்றார். டைபீரியசின் அன்பு நோக்கு.

பிளபியன் எனும் ஏழைகளைக் கொடுமை பல செய்து, பெட்ரீஷியன்கள் அடக்கி வைத்திருந்தால். சகிக்கொணாத நிலைமை வந்தது. இந்த நாட்டிலே இருந்து இடியும் இழிவும் மிடிமையும் தாக்கத் தகர்ந்து போவதைக் காட்டிலும், இதைவிட்டே சென்றுவிடுவோம், வேற்றிடம் புகுந்து புது ஊரே காண்போம், உழைக்கத் தெரிகிறது, ஏன் இந்தப் பகட்டுடையின ருக்குப் பாடுபட்டுத் தேய வேண்டும், நம் கரம் நமக்குப் போதும் என்று துணிந்து, பிளபியன் மக்கள் அனைவரும், ரோம் நகரை விட்டே கிளம்பினர். மூன்று கல்தொலைவில் உள்ள குன்று சென்றனர்! ரோம் நாட்டிலே உல்லாச வாழ்வினர் மட்டுமே உள்ளனர் - உழைப்பாளிகள் யாரும் இல்லை! வயல் இருக்கிறது. உழவன் இல்லை! சாலை சோலை இருக்கிறது, பாடுபடுபவன் இல்லை! மாளிகை இருக்கிறது, எடுபிடிகள் இல்லை! திடுக்கிட்டுப் போயினர், பெட்ரீஷியன்கள்.

இந்த வெற்றிகரமான வேலை நிறுத்தம் சீமான்களைக் கதிகலங்கச் செய்தது. ஏர் பிடித்தறியார்கள், தண்ணீர் இறைத்துப் பழக்கம் இல்லை, மாளிகை கலனானால் சரிந்துபோக வேண்டியதுதான், செப்பனிடும் வேலை அறியார்கள், என் செய்வர்! தூது அனுப்பினர், தோழமை கோரினர், சமரசம் ஏற்பட வழி கண்டனர். வெள்ளை

உள்ளத்தினரான பிளபியன்கள், இனி நம்மை அன்புடனும் மதிப்புடனும் நடத்துவர் என்று நம்பி, ஒருப்பட இசைந்தனர்.

இந்த ஏழைகள் கடன் படுவர், சீமான்கள், அட்டை என உறுஞ்சுவர் இரத்தத்தை. வட்டி கடுமையானது! ஏழை, வட்டியுடன் கூடிய கடனைச் செலுத்தும் சக்தியை இழந்ததும், அவன் , தன்னையே சீமானுக்கு அடிமையாக விற்றுவிடுவான். குடும்பம் குடும்பமாக இப்படி அடிமைகளாவர்.

இந்தக் கொடுமையை ஒழிப்பதாக வாக்களித்தனர். அதுவரை செலுத்திய வட்டித் தொகையை, கடன் தொகையிலே கழித்துக்கொள்வது, மீதம் இருப்பதை, மூன்றாண்டுகளில் செலுத்துவது, அடிமைகளை விடுதலை செய்வது, என்று ஏற்பாடாயிற்று.

ஏழை மக்களின் உரிமைகளைக் கேட்டுப் பெறவும், அரசியலில் அவர்களுக்குப் பங்கு இருக்கவும், ட்ரைப் யூன் எனும் அதிகாரியைத் தேர்ந்தெடுத்துக் கொள்வதென்றும், ஏற்பாடாயிற்று.

இந்த ட்ரைப்யூன்கள், பெரிதும் சீமான்களே கூடி சட்டதிட்டம் நிறைவேற்றும் செனட் சபையின் முடிவுகளை ஏற்றுக் கொள்ள மறுக்கலாம், என்றும் ஏற்பாடாயிற்று.

ஏட்டளவில் பார்க்கும்போது, ஏழைகளுக்கு, இது மகத்தான வெற்றிதான். கலப்பு மணத்துக்குக்கூடத் தடையில்லை என்றனர், கனதனவான்கள்.

கான்சல் எனும் உயர்பதவிக்குக்கூட பிளபியன்கள் வரலாம், தடை.

இவைகளைவிட முக்கியமான ஓர் ஏற்பாடும் செய்யப்பட்டது - நிலம் ஒரு சிலரிடம் குவிந்து போவதால், கூலி மக்களாகப் பெரும்பான்மையோர் ஆகிவிடும் கொடுமை ஏற்படுவதால், இனி யாரும், 330 ஏக்கருக்கு மேல் நிலம் வைத்துக் கொள்ளக் கூடாது, என்று சட்டம் ஏற்பட்டது!

இனியும் என்ன வேண்டும்! நிலம் ஒரு சிலரிடம் குவியாது! கடனுக்காக அடிமைகளாக்கும் கொடுமை கிடையாது. கலப்பு மணம் உண்டு. கான்சல் பதவி வரையில் அமரலாம்!

ஏட்டளவில் இந்தத் திட்டம் இருந்துவந்தது, ஆனால் சீமான்கள் இதைக் கவையற்றதாக்கி வந்தனர். சட்டத்தைத் துணிந்து மீறினர் - அதன் சந்து பொந்துகளில் பதுங்கிக் கொள்வர். ஏழையின் இன்னல் ஒழியவில்லை; பொங்கி எழுந்த ஏழையரை அந்த நேரத்தில் தட்டிக் கொடுத்தனர், பிறகோ எப்போதும் போல் ஏய்த்தனர்.

சீமான்கள், தன் குடும்பத்தார், உற்றார் உறவினர், அடுத்துப் பிழைப்போன் ஆகியோருடைய பெயரால், நிலங்களை அனுபவித்து வந்தனர். ஏழையின் வயல், எப்படியும் தன்னிடம் வந்து சேரும்விதமான நடவடிக்கைகளை நயவஞ்சகர்கள் செய்து வந்தனர். டைபீரியஸ் கிரேக்கஸ், இந்த அக்கிரமத்தைக் கண்டான். வாயில்லாப் பூச்சிகளாக உள்ள ஏழை எளியவருக்காகப் பரிந்து பேச முற்பட்டான். கவனிப்பாரற்றுக் கிடந்த தங்கள் சார்பில் வழக்காட ஒரு வீர இளைஞன் முன் வந்தது கண்டு, மகிழ்ச்சியும் நம்பிக்கையும் பெற்ற பிளபியன்கள், டைபீரியசுக்குப் பேராதரவு அளித்தனர்.

டைபீரியசும், கெயசும், சிறுவர்களாக இருக்கும் போதே தந்தையார் காலமானார். சிறுவர்களைத் திறமிகு இளைஞர்களாக்கும் பொறுப்பு, தாயாருக்கு வந்து சேர்ந்தது; அதனை அந்த அம்மை, பாராட்டத்தக்க விதமாக நடாத்தினார்.

கல்வி கேள்விகளில் சிறந்தனர் - போர்த் திறன் பெற்றனர் - பேச்சுக் கலையில் வல்லுநராயினர். வீர இளைஞர்கள், ரோம் நகரில் ஏராளம் - ஆனால் இந்த இருவர், வீரமும் ஈரமும் நிரம்பிய நெஞ்சினராக இருந்தனர். குடிப்பெருமையையும் நாட்டின் பெருமையையும் குறைவற நிலைநாட்ட வேண்டும் என்பதை அன்னை எடுத்துரைப்பார்கள்; இருவரும், அவைதமைக் குறிக்கோளாகக்கொண்டதுடன், அக்கிரமத்தைக் கண்டால் கொதித்தெழும் அறப்போர் உள்ளமும் கொண்டவராயினர்.

“ஸ்கிபியோவின் மகள் என்றே என்னை அனைவரும் அழைக்கின்றனர் - கிரேக்கர்களின் தாயார் என்று என்னை அழைக்கும் வண்ணம் சீரிய செயல் புரிவீர்’ என்று தன் செல்வங்களுக்கு, கர்னீலியா கூறுவதுண்டாம். பெற்ற மனம் பெருமை கொள்ளும்படி, சிறுமதியாளரின் செருக்கை ஒழிக்கும் பெரும் போரில் ஈடுபட்டனர், இணையில்லா இரு சகோதரர். பெற்றபொழுதும், மழலை பேசிய போதும், பெற்ற மகிழ்ச்சியைவிட அதிகமான அளவு பெற முடிந்தது, தன் மக்கள், அறப்போர்

வீரர்களாகத் திகழ்ந்தபோது.

அறிவுக் கூர்மையும் மாண்பும் மிகுந்த கர்னீலியாவினிடம் பாடம் பெற்ற மைந்தர்கள், ரோம் நாட்டுச் சமுதாயத்திலே கிடந்த சீர்கேட்டினைக் களைய முனைந்தனர் - கடமையாற்றுகையில் இருவரும் இறந்து பட்டனர் - கொல்லப்பட்டனர் - இறவாப் புகழ் பெற்றனர்.

டைபீரியஸ் கிரேக்கஸ், கேயஸ் கிரேக்கஸ் - இருவரும், சிறந்த பேச்சுத் திறன் பெற்றனர் - அந்த அருங்கலையை ஏழைகளின் சார்பிலே பயன்படுத்தினர்.

டைபீரியஸ், உருக்கமாகப் பேசுபவன் - கேயஸ், எழுச்சியூட்டும் பேச்சாளன்.

டைபீரியஸ், அடக்கமாக, அமைதியாகப் பேசுவான். இளையவன், கனல்தெறிக்கப் பேசுவான், கடுமையாகத் தாக்குவான்.

இருவரும் செல்வர்கள் இழைக்கும் கொடுமைகளை எதிர்த்தே பேசுவர் - ஏழைகள் சார்பிலேயே வாதாடுவர்; இருவரும் இலட்சியவாதிகள்.

இருவரையும், செல்வர் உலகம், எதிர்த்தொழிக்காமல், விட்டா வைக்கும்!! டைபீரிஸ், பையப் பையப் பெய்யும் மழை போன்று, பேசுவான் - குளிர்ந்த காற்று - வளமளிக்கும் கருத்து மாரி!

கேயஸின் பேச்சிலே புயல் வீசும் - பொறிகிளம்பும்.

பேசிக்கொண்டிருக்கும் போதே உணர்ச்சிவயத்தனாகி, மேலங்கியை வீசுவானாம், இங்குமங்கும் அசைந்து ஆடியபடி இருப்பானாம், கேயஸ் கிரேக்கஸ். அண்ணனோ, கம்பத்திலே கட்டிவிடப்பட்ட விளக்கு ஒரு சீராக ஒளிதரும் பான்மைபோல, அறிவுரை நிகழ்த்துவானாம்.

இருவருடைய வாதத் திறமையையும் ஆற்றலையும், எதிர்த்துப் பேசி வெல்ல வல்லவர்கள் ரோம் நகரில் இல்லை - திறமைமிக்க பேச்சாளியானாலும், அநீதிக்காகப் போரிடும் போது, திறமை சரியத்தானே செய்யும்.

பகுதி: 2

கேயஸ் கிரேக்கஸ் பேசிக் கொண்டிருக்கும்போது, எழுச்சி அலை எனக் கிளம்புமாம், உரத்த குரலெடுத்து ஆவேசமுறப் பேசுவானாம், குரல் மங்குமாம், வார்த்தைகள் தேனொழுக்காக வராதாம்! அவனுடைய பணியாள் ஒருவன், இதனை, கேயசுக்கு உணர்த்துவிக்க, சிறு குழல் எடுத்து ஊதுவானாம். உடனே கேயஸ் குரலைச் சரிப்படுத்திக் கொள்வானாம். உண்மைக்காகப் பரிந்து பேசும் போது, தன்னையும் மறந்து விடும் நிலை, கேயசுக்கு!

டைபீரியஸ் தண்ணொளியும், கேயஸ் வெம்மை மிக்கதுமான, பேச்சினை வழங்குவர் - இருவரின் பேச்சும் சீமான்களுக்குச் சீற்றத்தையும் அச்சத்தையும் சேர்த்தளித்தது.

செல்வக்குடி பிறந்தவர்கள், ஏன் இந்தப் போக்கிட மற்றவர் களுக்காகப் போரிடக் கிளம்புகின்றன; திறமையைக் காட்ட வேறு முறையா இல்லை! களம் இருக்கிறது, கட்கமெடுத்துப் போரிட்டு, காவலர்களின் முடிதரித்த சிரங்களைச் செண்டுகளாக்கி வீர விளையாட்டு ஆடிக் காட்டலாம்; உடற்பயிற்சிக் கூடங்கள் உள்ளன, அங்கு ஆற்றலைக் காட்டி நாட்டுத் தலைவர்களின் நல்லாசி பெறலாம்; குதிரை ஏற்றம், தேரோட்டம், என்றெல்லாம் வீர விளையாட்டுகள் விதவிதமாக உள்ளன, அவற்றிலே ஈடுபட்டு, புகழ் ஈட்டாது, வறண்ட தலையரிடம் சென்று, விபரீத திட்டங்களைப் பேசிக்கொண்டிருக்கிறார்களே, ஏன் இந்த வீண்வேலை, எதற்காக இந்த ஆபத்தான செயலில் ஈடுபடுகின்றனர், என்று செல்வர்கள் பேசினர் - ஏசினர். டைபீரியசும், கேயசும், தூண்டிவிடும் தலைவர்கள், என்று செல்வர் கண்டித்தனர்; மக்களோ, வாழ்த்தினர்.

ரோம் நாட்டுக் கீர்த்தி பரவியது, இடிமுழக்க மெனப்பேசும் பேர்வழிகளாலல்ல, எதிரியின் வேலுக்கு மார்காட்டி நின்ற வீரர்களால்; அகழ்களைத் தாண்டி, கோட்டைகளைத் தாக்கிக் கொடி மரங்களைச் சாய்த்து, உயிரைத் துச்சமென்று கருதி வீரப்போரிட்டு வெற்றிகண்டவர்களால்; அணி அழகும் உவமை நயமும், கலந்து, புன்னகையும் பெருமூச்சும் காட்டிப் பேசிடும் நாநர்த்தனக்காரரால் அல்ல!! மண்டிலம் பல வென்றவர்கள், புலமைமிக்க பேச்சாளரல்ல, கூர்வாள் ஏந்தத் தெரிந்தவர்கள். சந்தைச் சதுக்கத்திலே நின்றுகொண்டு, "சாய்ந்தீரே! மாய்ந்தீரே!" என்று ஏழை மக்களிடம் அழுகுரலில் பேசுவதும், "எழுக! வருக! போரிடுக!" என்று தூண்டிவிடுவதும், எளிதான காரியம், தாக்கவரும் மாற்றனைத் துரத்திச் சென்று, அவனுடைய மாநகரைத் தரைமட்டமாக்குவது, அனைவராலும் சாதிக்கக் கூடிய செயலல்ல!!

செல்வர்கள், அதிலும் செருமுனை சென்று வெற்றிகண்டவர்கள், இதுபோலத்தானே ஏளனம் பேசுவர், அறிவுத் துறையிலே ஈடுபடும் இளைஞர்களைக் கண்டு. டைபீரியஸ், இந்த ஏளனத்துக்கும் இடமளிக்கவில்லை. களத்திலே தன் கடமையைச் செம்மையாகச் செய்தான். நியூமான்டைன்ஸ் என்னும் நாட்டாருடன் நடந்த பெரும் போரில், டைபீரியஸ் காட்டிய வீரம், சாமான்யமானதல்ல. மான்சினஸ் எனும் படைத்தலைவன், டைபீரியசின் வீர தீரத்தைக் கண்டதுமட்டுமல்ல, களத்திலே ஒரு சமயம், எதிரிகளால் சுற்றிவளைத்துக் கொள்ளப்பட்ட நேரத்தில், டைபீரியசின் யோசனையால் பெரிதும் பயன்.

மாற்றாரிடம் சென்று சமரச ஏற்பாடுகளைத் திறம்படப் பேசி, பேராபத்தில் சிக்கிக்கொண்ட, ரோம் நாட்டுப் பெரும்படையை மரணத்தின் பிடியிலிருந்து தப்பவைத்த பெருமை, டைபீரியசுக்குக் கிடைத்தது. குறைந்தது

இருபதினாயிரம் ரோமான்ய வீரர்கள் டைபீரியசினால் பிழைத்தனர்.

டைபீரியஸ் கிரேக்கஸ், பொதுப்பணியிலே, நேர்மையைக் கடைப்பிடித்து ஒழுகினவன் - களத்திலே, மாற்றார்களிடம் அவனுடைய கணக்கேடு சிக்கிவிட்டது - நாட்டவர், கணக்குக் கேட்டால், என்ன செய்வது என்ற கடமை உணர்ச்சியால் உந்தப்பட்ட டைபீரியஸ், மாற்றார் நகருக்கு மீண்டும் ஓர்முறை சென்று, கணக்கேட்டைக் கேட்டுப் பெற்றுவந்தான்.

இதனைக்கூடி, சூதுக்காரச் சீமான்கள், திரித்துக் கூறி, டைபீரியஸ்மீது கண்டனம் பிறப்பித்தனர், ஆனால் டைபீரியசின் ஆற்றலால் உயிர்தப்பிய போர்வீரர்களும், அவர்களுடைய குடும்பத்தாரும் திரண்டு வந்து நின்றனர், பெரியதோர் நன்மையை நாட்டுக்குச் செய்த டைபீரியசையா கண்டிக்கத் துணிகிறீர்கள் - என்ன பேதைமை - ஏன் இந்தப் பொறாமை! என்று ஆர்ப்பரித்தனர். இந்த எழுச்சியைக் கண்டே, கண்டவற்றை விட்டுவிட்டனர். ஆனால் சீமான்களின் சீற்றமும் பொறாமையும், புற்றுக்குள் பாம்பென இருந்து வந்தது.

இந்தப் போரிலே, டைபீரியஸ் வீரமாகவும் ராஜதந்திரமாகவும் பணியாற்றிப் பெரும்புகழ் பெற்றான் - ஆனால் இந்தப் புகழைவிட, பயன் தரத்தக்க மற்றோர் பாடம் இந்தச் சமயத்தில் அவனுக்குக் கிடைத்தது.

களம் நோக்கி அவன் சென்றகாலை, வழிநெடுக அவன் கண்ட பட்டி தொட்டிகளெல்லாம் பாழ்பட்டுக் கிடந்தன; சிற்றூர்களிலே மக்கள் இல்லை, அங்கொருவரும் இங்கொருவருமாக. அயல் நாட்டிலிருந்து தருவிக்கப்பட்டிருந்த அடிமைகள் காணப்பட்டனர். இந்தக் காட்சி, டைபீரியசுக்குக் கருத்தளித்தது. நாடு காடாகிறது, நல்ல

உழைப்பாளிகள், கிராமத்தில் வாழ வகையின்றி, வெளி இடங்களை நாடிச் சென்றுவிட்டனர்; காரணம், அவர்களுக்கு வயல் இல்லை, குடில் இல்லை, தொழில் இல்லை, இந்நிலைக்குக் காரணம், அவர்களிடம் இருந்த நிலமெல்லாம், செல்வர் கையிலே சிக்கிக்கொண்டதுதான். மீண்டும் நாட்டுக் குடிமக்கள் வளம்பெற வேண்டும் - அறம் அதுதான், அன்பு நெறியும் அதுதான் - அரசு கொள்ள வேண்டிய முறையும் அதுதான். இதற்காகவே நாம் இனிப் போரிடவேண்டும், என்று டைபீரியஸ் தீர்மானித்தான். ரோம் திரும்பியதும் இந்தத் திருப்பணியைத் துவக்கினான், மக்கள் திரண்டனர்.

"உழுபவனுக்கு நிலம் வேண்டும்"

"நிலப் பிரபுக்களை ஒழித்தாக வேண்டும்"

"ஏழைக்கு எங்கே இல்லம்!"

சுவர்களிலும், வளைவுகளிலும், இந்த வாக்கியங்கள் எழுதப்படுகின்றன! ஏழை விழித்துக்கொண்டான் - உரிமையைக் கேட்கத் தொடங்கிவிட்டான்; டைபீரியசின் பேச்சு, ஊமைகளைப் பேசச் செய்து விட்டது.

குறிப்பிட்ட அளவுக்குமேல் நிலத்தைக் குவித்து வைத்துக் கொண்டிருக்கும் செல்வர்கள், அளவுக்கு மேற்பட்டு உள்ள நிலத்தை அரசினரிடம் தந்துவிட வேண்டும், அதற்காக அவர்களுக்கு நஷ்டஈடு அளிக்கப்படும்.

அங்ஙனம் பெறப்பட்ட நிலத்தை ஏழை மக்களுக்குப் பகிர்ந்தளிக்க வேண்டும் - அவர்கள் சிறுதொகை நிலவரியாகச் செலுத்த வேண்டும்.

டைபீரியஸ் கிரேக்கஸ், இந்தத் திட்டத்தை எடுத்துக் கூறினான். மக்கள் இதுதான் நியாயம், ஏற்கெனவே இயற்றப்பட்ட சட்டத்தைச் சதி செய்து சாகடித்து விட்டனர்; இப்போது புதுக்கணக்கு வேண்டும், என்று முழக்கினர்.

டைபீரியஸ் கிரேக்கஸ், ட்ரைப்யூனாகத் தேர்ந்தெடுக்கப் பட்டான் - மக்களுக்கு வழக்கறிஞனானான்! சீமான்கள் ◌ீறினர்.

உலகை வென்றோர்! - என்று விருது இருக்கிறது; இங்கே, ஏழையின் உள்ளத்தை வென்றோமா! - என்று இடித்துரைத்தான் டைபீரியஸ். புயலொன்று கிளம்புகிறது பூங்கா அழிந்துபடும், இதனை உடனே அடக்கியாக வேண்டும், என்று எண்ணிய சீமான்கள், மார்கஸ் ஆக்டேவியஸ் எனும், மற்றோர் ட்ரைப்யூனைச் சரிப்படுத்திக் கொண்டனர். ஒரு ட்ரைப்யூன் கொண்டுவரும் திட்டத்தை மற்றோர் ட்ரைப்யூன் மறுத்து ஓட்டு அளித்தால், திட்டம் தோற்றதாகப் பொருள் - சட்டம் அவ்விதம் ஆக்கப் பட்டிருந்தது. ஏழைகளின் 'ரட்சகனாக' ஏழைகளாலேயே தேர்ந்தெடுக்கப்பட்ட மார்கஸ் ஆக்டேவியஸ், மாளிகை வாசிகளுக்கு அடிமையாகி, டைபீரியசின் நல்ல திட்டத்தை எதிர்க்கலானான். மக்கள் வெகுண்டனர். டைபீரியஸ் இனியன கூறினான், இறைஞ்சினான், எச்சரித்தான், பணப்பெட்டிகளிடம் பல்லிளித்துவிட்ட ஆக்டேவியஸ், ஏழைகளுக்குத் துரோகியாகி விட்டான். டைபீரியசின் திட்டத்தை மறுத்து ஓட்டளித்தான். திட்டம் தோற்றது, சீமான்கள் வெற்றிக் கொட்டமடித்தனர்.

தோல்வி - துரோகம்! - இதனை டைபீரியஸ் எதிர்ப்பார்க்கவில்லை. சீமான்கள் சீறுவர், எதிர்ப்பர், சதிபுரிவர். என்பதை எதிர்பார்த்திருந்தான். ஆனால் ஏழைகளின் 'பாதுகாவலன்' எனும் பதவியைப்பெற்ற ஆக்டேவியஸ், துணிந்து, தன் திட்டத்தைத் தகர்ப்பான் என்று

எதிர்ப்பார்க்கவில்லை. எவ்வளவு ஏளனம் கிளம்பியிருக்கும் சீமான்களின் மாளிகையில்! பணம் செய்யும் வேலையைப் பாரடா, பக்குவமற்றவனே! என்றல்லவா கூறுகிறது, பணக்காரரின் பார்வை. ஏழைக்கு வாழ வழி வகுக்க, கிளர்ச்சிசெய்து, வேலை நிறுத்தம் நடத்தி, ட்ரைப்யூன் எனும் பாதுகாவலர்களைத் தேர்ந்தெடுத்துக் கொள்ளும் முறையைக் கண்டனர்! வேலியே பயிரை மேய்கிறதே! மான் வழிகாட்ட, சிறுத்தை, மான் கன்றுகளைக் கொன்று தின்கிறதே! என்ன அநியாயம்! என்ன கேவலம்!! என்று டைபீரியசும், அவன் பக்கம் நின்றோரும் வருந்தினர்; செல்வர் வெற்றிச் சிரிப்புடனே உலவினர்.

டைபீரியஸ், சோர்ந்துவிடவில்லை - மீண்டும் ஓர் சட்டம் கொண்டுவந்தான் - பழையதைவிட, பரபரப்பும் தீவிரமும் மிகுந்தது.

"யாரும் 330 ஏகருக்குமேல் நிலம் வைத்துக் கொண்டிருக்கக்கூடாது என்பது சட்டம், இப்போது அந்த அளவுக்குமேல் வைத்திருப்பவர்கள் சட்ட விரோதமான செயலாற்றினார்கள் என்று பொருள்படுகிறது, எனவே அவர்கள், சட்ட விரோதமாக வைத்துக்கொண்டிருக்கும் நிலத்தை சர்க்கார் வசம் உடனே ஒப்படைக்கவேண்டும்." - என்பது டைபீரியசின் புதுத் திட்டம்.

சீமான்களின் அக்கிரமத்துக்கு உடந்தையாக இருந்த ஆக்டேவியசேகூட, குற்றவாளியானான்! சட்ட வரம்புக்கு மீறி அவனும் நிலம் வைத்துக் கொண்டிருந்தான்.

டைபீரியசின் இந்தப் புதிய திட்டத்தை, தீவிரமாக, சீமான்களின் கையாளான ஆக்டேவியஸ் எதிர்த்தான். மீண்டும் டைபீரியஸ், பொது நன்மையை எண்ணி நீதியாக

நடந்துகொள்ளும்படி, ஆக்டேவியசைக் கெஞ்சி கேட்டுக் கொண்டான். ஆக்டோவியஸ் இணங்க மறுத்தான்.

இந்தப் பிரச்சனை தீர்க்கப்படும் வரையில் அதிகாரிகள், தமது அலுவலைச் செய்யக்கூடாது என்றான், டைபீரியஸ். அதிகாரிகள் இணங்கினர்.

சனிபகவானுக்கு ஒரு கோவில் உண்டு ரோம் நகரில்! துரைத்தனத்தாரின் பணம் அங்குதான், வைத்திருப்பர். ஏழைகளின் பிரச்சனை தீர்க்கப்படுகிறவரையில், கோவிலிலுள்ள பணத்தைத் தொடக் கூடாது, இழுத்துப் பூட்டுங்கள் ஆலயத்தை என்றான் டைபீரியஸ். கோவில் கதவு அடைபட்டுவிட்டது! டைபீரியசின் வார்த்தைக்கு வலிவு ஏற்பட்டுவிட்டது. செல்வர் பீதியுற்றனர்! துக்க உடை அணிந்து வலம் வந்தனராம்!

வருந்திக்கொண்டு வாளா இருந்துவிடுவரா, வன்கணாளர்கள்! நமது ஆதிக்கத்தை அழிக்கத் துடிக்கும் இந்த அற்பனைக் கொலை செய்தாக வேண்டும் என்று துடித்தனர், சதி செய்யலாயினர். டைபீரியஸ் வாளும் கையுமாகவே உலவ நேரிட்டது.

இவனல்லவா இதுகளுக்காகப் போராடுகிறான் - அடங்கிக் கிடந்ததுகளை ஆர்ப்பரிக்க வைக்கிறான் - இவன் இருக்குமட்டும் பேராபத்துதான், எனவே இவனை ஒழித்தாக வேண்டும் என்று செல்வர்கள் கொக்கரித்தனர்.

வயலை வளமாக்கியவர்களே! வறுமைதான் உங்களுக்குப் பரிசா? பாதை அமைக்கப் பாடுபாட்டோரே! பட்டினி தான் உங்களுக்குப் பரிசா? சித்திரச் சோலைகளுக்காக உங்கள் செந்நீரைக் கொட்டினீர்கள்! அற்புதமான கட்டிடங்கள் எழுப்பினீர்கள் உழைப்பால்! உங்கள் நிலைமை

காட்டுமிருகத்துடையததைவிடக் கேவலமாகவன்றோ காணப்படுகிறது! என்று டைபீரியஸ் முழக்கமிடுகிறான்.

சட்டத்தை மீறினவர்கள் செல்வவான்களே! என்று வெளிப்படையாகவே குற்றம் சாட்டுகிறான். ஏழைகளுக்குத் துரோகம் செய்தவர்களை இழுத்து வரச் சொல்கிறான். எவ்வளவு ஆணவம்! செனட் சபையிலே ஈடில்லா அதிகாரம் செலுத்து கிறோம். நமது மாளிகைகளிலேயோ, எதிரி நாடுகளிலிருந்து கொண்டுவந்து விலையுயர்ந்த பொருள்கள், காட்சியாக இருக்கின்றன. ஏன் என்று கேட்காமல் இருந்து வந்தனர், அந்த ஏழையரை நம்மீது ஏவிவிடுகிறானே கொடியவன், இவனைக் கொன்றால் என்ன, கொல்லாது விடினோ இவன் நமது செல்வாக்கையே சாகடித்துவிடுவானே என்று எண்ணினார், சீறினர். டைபீரியஸ் கிரேக்கசைக் கொன்று போடக் கொடியவர்

களை ஏவினர்.

டைபீரியஸ் புகுத்த விரும்பிய புதுத் திட்டம் பற்றி ‘வாக்கெடுப்பு’ நடாத்தும் நாள் வந்தது. செல்வர்கள் கூலிப் படையை ஏவி, குழப்பத்தை மூட்டிவிட்டு, வாக்கெடுப்பு நடைபெறாவண்ணம் தடுத்து விட்டனர்.

அன்று அவர்களை அடித்து நொறுக்கும் அளவுக்கு டைபீரியசிடம் ஆள்பலம் இருந்தது. எனினும், இரத்தக் களரியைத் தடுக்கவேண்டும், சிக்கலைத் தீர்க்கும் பொறுப்பை, செனட் சபையிடம் விட்டுவிடலாம். என்று நண்பர் சிலர் கூறிய நல்லுரைக்கு இணங்கி, டைபீரியஸ், அமளியை அடக்கினான்.

செனட் சபை, செல்வரின் சூதுக்கும் சுக போகத்துக்கும் அரணாக அமைந்திருந்தது. அங்கு, நியாயம் எப்படிக் கிடைக்கும் - சமர் இன்றி பிரச்சனையைத் தீர்த்துக்கொள்ளும்

சகல வழிகளையும் பார்க்கவில்லை என்று பிறகோர் நாள் எவரேனும் குற்றம் சாட்டுவரே என்பதற்காகவே, டைபீரியஸ், செனட் சபையிடம் பிரச்சனையை அனுப்பி வைத்தான் - நம்பிக்கையுடன் அல்ல. அவன் எதிர்பார்த்தபடியே, செனட் சபை மழுப்பிற்று, மிரட்டிற்று, காரியமாற்றவில்லை. மீண்டும் மக்களிடம் வந்தான் டைபீரியஸ்.

ஏழைகளுக்கு இதமளிக்கும் திட்டத்தை எதிர்ப்பவன், ஏழைகளாலேயே டிரைப்யூன் ஆக்கப்பட்ட ஆக்டேவியஸ்தானே! அவனைப் பதவியிலிருந்து அகற்றினாலொழிய வெற்றி கிடைக்காது. எனவே, மக்கள், அவன் தேவையா? நான் தேவையா? என்று தாமே தீர்ப்பளிக்கட்டும் என்று டைபீரியஸ் கேட்டுக் கொண்டான்.

ஏழைகளுக்காகவே நான் புதிய திட்டம் கொண்ட வருகிறேன் - அதை நீ மறுக்கிறாய் - ஏழைகளுக்கு என் திட்டம் கேடு பயக்கும் என்று உன்னால் காரணம் காட்டமுடியுமானால், மக்களிடம் கூறி, என்னைப் பதவியிலிருந்து நீக்கிவிடச் சொல், என்று அறைகூவி அழைத்தான், டைபீரியஸ். ஆக்டேவியஸ் முன்வரவில்லை. பிறகே, டைபீரியஸ், ஆக்டேவியசை பதவியிலிருந்து நீக்கும்படி மக்களிடம் முறையிட்டான். வாக்கெடுப்பு துவங்கிற்று. முப்பத்தைந்து 'ஆயத்தார்கள்' கூடினர். அவர்களில் 17 ஆயத்தார், ஆக்டேவியஸ் நீக்கப்பட வேண்டும் என்று வாக்களித்தனர். பெருங்குணம்படைத்த டைபீரியஸ், அப்போதும், வெற்றி எவர் பக்கம் என்பது விளங்கிய அந்த வேளையிலும், பழி தீர்த்துக்கொள்ளும் உணர்ச்சி கொள்ளாமல், தோழைமை பேசி, ஆக்டேவியசைக் கட்டித் தழுவி முத்தமிட்டு, வேண்டலானான், "வேண்டாம் வீண்பிடிவாதம்! ஏழைகள் உய்யும் திட்டத்தை நீயும் ஆதரித்து நற்பெயர் பெறு!" என்று கெஞ்சினான். உருக்கமான வேண்டுகோள்; ஆக்டேவியசுக்குக்கூட கண்களிலே நீர் ததும்பிற்றாம், எனினும் அவனை அடிமைப்படுத்திவிட்ட, செல்வர்கள் அங்கிருந்தனர். அவர்களைக் கண்டான்

ஆக்டோவியஸ், கருணை கருகிவிட்டது, வஞ்சகம் படமெடுத்தது, இணங்கமுடியாதெனக் கூறிவிட்டான். வாக்கெடுப்பும் தொடர்ந்து நடந்தது, ஆக்டேவியஸ், நீக்கப்பட்டான்.

ஆக்டேவியஸ், பதவி இழந்தான். ஆனால் டைபீரியஸ் வெற்றியால் வெறியனாகவில்லை - பண்புடன் நடந்து கொண்டான். ஆக்டேவியஸ் ஓர் அம்பு என்பதை அவன் அறிவான், அவனிடம் கோபம் அல்ல, பரிதாபம் தான் பிறந்தது. ஏழைகளுக்கென்று அரசியல் சட்டத்தின்படி ஏற்படுத்தப்பட்ட பாதுகாவலனைக் கொண்டே ஏழையை நாசமாக்கக்கூடிய வலிவு, செல்வர்கள் பெற்றிருக்கிறார்களே, என்பதை எண்ணியே டைபீரியஸ் துக்கித்தான்.

ஆக்டேவியசை, மக்கள் தாக்கியபோது கூட, டைபீரியஸ் ஓடிச்சென்று அவனைக் காத்து, மக்களை அடக்கினான். டைபீரியசின் வழி நிற்கக்கூடிய மியூஷியஸ் என்பான் ட்ரைப்யூன் ஆக்கப்பட்டான். செனட்சபை, டைபீரியசின் செல்வாக்கு ஓங்கி வளர்வது கண்டு பெரிதும் பீதி அடையலாயிற்று.

புதிய சட்டம் நிறைவேறிற்று. அதன்படி, ஒவ்வொரு பிரபுவிடமும் உள்ள நிலத்தை அளவெடுக்க முற்பட்டான், டைபீரியஸ். இதற்காகக் கூடாரம் அமைத்துக்கொள்ளும் செலவுத் தொகை கூட, தர மறுத்தது செனட்; அவ்வளவு அருவருப்பு. மற்றவர்கள் சர்க்கார் சார்பிலே, பொதுப் பணியாற்றக் கிளம்பும்போது, படிச்செலவு, மிகத் தாராளமாகத் தரும், இதே செனட். ஆனால், ரோம் நாட்டுச் சமுதாய அமைப்பின் சீர்கேட்டை நீக்கி, சமன் உண்டாக்கி, வலிவடையச் செய்யும் நற்பணிபுரியும் டைபீரியசுக்கு, படிச்செலவுகூடப் போதுமான அளவு தரமறுத்தது. அதுமட்டுமல்ல, அவனுக்கு எதிராகத் தப்புப் பிரசாரத்தைத் தீவிரமாக நடத்தலாயிற்று.

“மண்டைக்கர்வி! மக்களை மயக்கி அடிமை கொள்கிறான்!”

“வீதியிலே பெரிய வெற்றி வீரன்போலல்லவா செல்கிறான்.”

“ஏழைகளுக்காக உருகும் இவன் என்ன, வெட்டுகிறானா, குத்துகிறானா, வெயிலிலும் மழையிலும் நின்று வேலை செய்கிறானா? ஏழைகள் பெயரைக் கூறிக் கொண்டு ஏய்த்துப் பிழைக்கிறான்”

“மண்டிலங்களை வென்ற மாவீரர்களெல்லாம், தலைகுனிந்து நடந்து செல்கிறார்கள்; இந்த ‘மார் தட்டி’ மக்கள் புடைசூழ அல்லவா செல்கிறான்.”

“இரவுக் காலத்தில் பார்த்திருக்கிறீர்களா அவனை, வீடு செல்லும்போது மக்கள் தீவர்த்தி பிடித்துக்கொண்டு செல்கிறார்கள், அவ்வளவு ஒய்யாரம் கேட்கிறது அவனுக்கு.”

“திட்டமிட்டு வேலை செய்கிறான்; ஏழைகளை ஏவிவிட்டு, செல்வர்களை அழிப்பது, பிறகு அதே ஏழைகளை ஏய்த்துவிட்டு, அரசன் ஆகிவிடுவது, இதுதான் அவன் திட்டம்!”

“முடிதரித்துக் கொண்டால், தீர்ந்தது; பிறகு, நாடு அவன் காலடியில் தானே.”

“ஏழை மக்களுக்கு எங்கே அவனுடைய வஞ்சகம் தெரிகிறது.”

“இவன் எவ்வளவு உரிமை உள்ளவனோ, அதே அளவு உரிமை படைத்தவன் தானே, ட்ரைப்யூனாக இருந்த ஆக்டேவியஸ். அவனைப் பதவியிலிருந்து விரட்டினானல்லவா! சரியா அது?

மக்களுக்கு இழைத்த துரோகமல்லவா. கொடுகோலர்கள்கூட, ட்ரைப்யூனை நீக்கமாட்டார்களே! எவ்வளவு அரும்பாடுபட்டு மக்கள், ட்ரைப்யூனைப் பெறும் உரிமையைப் பெற்றனர். ஒரு கணத்தில் ஒழித்துவிட்டானே!"

"எல்லாம், அரசனாவதற்காத்தான்!"

இவ்வண்ணம் பலமான தப்புப்பிரச்சாரம். மக்களுக்கு, மன்னனாக யாராவது முயற்சிக்கிறார்கள் என்றால்போதும், ஆத்திரம் பொங்கும். அவ்வளவு அல்லலை அனுபவித்திருக்கிறார்கள், அரசர்கள் ஆண்டபோது. அதிலும், மன்னன் என்ற உடன் மக்கள் மனத்திலே, டார்க்வின் என்ற கொடுங்கோலனுடைய நாட்கள்தான், எழும்; எழுந்ததும் பதறுவர். எனவே, டைபீரியஸ், மன்னனாவதற்கு, திட்டமிடுகிறான் என்ற வதந்தி கிளம்பியதும், மக்கள் மனம் குழம்பலாயிற்று. மெல்ல மெல்ல, அவர்கள் மனத்தைச் செல்வர்கள் கலைத்தனர்.

ஆக்டேவியசை அகற்றியது அக்கிரமம்தான் என்றுகூடச் சிலர் பேச முன்வந்தனர். மக்கள் ஏமாற்றப்படுவதைக் கண்டு டைபீரியஸ் வருந்தினான்.

"ட்ரைப்யூன் பதவி மகத்தானது - மக்களின் உரிமையையும் நலனையும் பாதுகாக்கும் பெரும் பொறுப்பு வாய்ந்தது - அதனை மதிப்பதே அனைவரின் கடமையுமாகும். எனினும், மக்களின் 'காப்பாளர்' ஆகப் பதவி பெற்றவர் மக்களுக்கே துரோகம் செய்தால், அவரை விரட்டாதிருக்கமுடியுமா! டார்க்வின் எனும் மன்னன் கொடுமை செய்தான் - அதனால் வெறுப்படைந்த நாம், மன்னராட்சி முறையையே ஒழித்துக் கட்டவில்லையா! மக்களின் நலன்களுக்காகத் தானே பதவிகள்! பதவிகளை அளிக்கவல்ல மக்களுக்கு அவற்றைப் பறிக்கவும் உரிமை உண்டு. எனவே, என் செயல் நியாயமானது

- தவறான பிரச்சாரத்தைக் கேட்டு ஏமாந்து போகாதீர். நான் எதேச்சாதிகாரமாக நடந்துகொள்ளவில்லை. கெஞ்சினேன், மிஞ்சினேன்! கை குலுக்கினேன், கடுமையாக என் தோழமையை நிராகரித்தான். எனவேதான் ஆக்டேவியசைப் பதவியிலிருந்து அகற்றினேன் என்று விளக்கமுரைத்தான்.

"நான் என் கண்ணாரக் கண்டேன், காட்சியை; ஓர் ஆசாமி, பட்டுப் பட்டாடையும் மணிமுடியும் கொண்டுவந்து டைபீரியசிடம் தந்தான்'' என்று, டைபீரியசின் பக்கத்து வீட்டுக்காரனே புளுகினான்.

"செல்வர்களின் சூழ்ச்சிக்கு நான் பலியாகிவிடுவேன். உங்களுக்காக உழைத்தேன், ஊரைச் சுரண்டி வாழும் உலுத்தர்களின் சீற்றத்தினுக்கு ஆளானேன், என்னைக் கொல்ல ஏற்பாடு செய்துவிட்டார்கள். நான் கொல்லப்பட்ட பிறகு, இதோ என் குழந்தைகளையும், குடும்பத்தையும் காப்பாற்றும் பொறுப்பு உம்முடையது'' என்று கூறி, மக்கள்முன், தன் குழந்தைகளைக் கொண்டுவந்து டைபீரியஸ் நிறுத்தினான் - மக்கள் கசிந்துருகினர்.

அடாலஸ் என்னும் வெளிநாட்டு மன்னன் ஒருவன், இறக்கும்போது, தன் பெருஞ் செல்வத்தை ரோம் நகருக்கு அளித்தான். இதை ஏழை எளியவருக்குப் பகிர்ந்தளிக்கவேண்டும், அவர்கள் விவசாயக் கருவிகள் வாங்க இந்தப் பணம் தேவைப்படுகிறது.

செனட் சபையிலே, செல்வர்களே கூடிக்கொண்டு கொட்டமடிக்கிறார்கள். அவர்கள் அளிக்கும் தீர்ப்புகள் ஏழையருக்குக் கேடு பயப்பனவாகவே உள்ளன. ஓரவஞ்சனை நடைபெறுகிறது. எனவே செனட்சபையிலே, ஏழைகளும், நீதிபதிகளைத் தேர்ந்தெடுத்து அனுப்ப உரிமை பெறவேண்டும்.

செனட் சபையின் தீர்ப்பை மாற்றும் உரிமை மக்களுக்கு அளிக்கப்பட்ட வேண்டும்.

போரில் ஈடுபடுவதற்கு டைபீரியஸ் புகுத்த விரும்புவதாகக் கூறினான்.

பகுதி: 3

ஏழைகளுக்கு இழைக்கப்பட்டுவரும் அநீதிகளையும் கொடுமைகளையும் அகற்ற, இந்தத் திட்டங்கள் பெரிதும் பயன்படும். பாதுகாப்பும் உரிமையும் பெற்று, ஏழையர், தம் வாழ்க்கையைச் செம்மைப் படுத்திக்கொண்டு, அதன் மூலம், நாட்டின் வளத்தையும் மாண்பையும் அதிகமாக்க முடியும்.

செல்வர்களின் சீற்றம் மேலும் அதிகமாயிற்று. கொலை காரர்கள் ஏவப்பட்டனர். மக்களோ, டைபீரியசைக் காக்கக் கிளம்பினர். பலர் அவனுக்குப் பாதுகாப்பளிக்க, அவன் வீட்டைச் சுற்றிலும் கூடாரங்கள் அமைத்துக் கொண்டு, இரவெல்லாம் காவலிருந்தனர். ஏழைகளுக்காக உழைத்து, அவர்கள் நெஞ்சத்திலே இடம் பெற்றுவிட்ட டைபீரியசுக்கு இந்தச் சம்பவம், மாபெரும் வெற்றி எனத் தோன்றிற்று.

வாக்கெடுப்புக்கான நாள் வந்துற்றது. மக்கள் சந்தைச் சதுக்கத்தில் திரண்டனர். மாவீரன் டைபீரியஸ் வந்து சேர்ந்தான், மக்கள் ஆரவாரம் செய்து வரவேற்றனர்.

செல்வர்களும் அவர்தம் கையாட்களும் ஒருபுறம் குழுமி இருந்தனர்.

நெருக்கடியான கட்டம். டைபீரியசைத் தாக்கிக் கொல்ல, செல்வர்கள் வருவதாக ஒருவன், 'செய்தி' கொண்டுவந்தான். இதுகேட்ட மக்கள், கையில் கிடைத்த ஆயுதத்தை எடுத்துக் கொண்டு, அமளிக்குத் தயாராகிவிட்டனர். தொலைவில் இருந்த மக்களுக்கு நிலைமையை விளக்குவதற்காக, டைபீரியஸ் பேச முயன்றான். பெருங்கூச்சல்! எனவே, என்ன சொல்கிறான் என்பது புரியவில்லை. புரிய வைப்பதற்காக, டைபீரியஸ் தன் தலையைத் தொட்டுக் காட்டினான -

தன்னைக் கொல்லச் செல்வர்கள் துணிந்து விட்டனர், என்பதை எடுத்துக் காட்டினான்.

ஓடோடிச் சென்றான் ஒருவன் செனட் சபைக்கு - டைபீரியஸ், மன்னன் ஆகப்போவதாக அறிவித்து விட்டான்; தன் சிரத்துக்கு மணிமுடி வேண்டும் என்று தெரிவித்துவிட்டான், நானே கண்ணால் கண்டேன் என்று கூவினான். செனட் சபையினர் சீறினர். உடனே, டைபீரியசைக் கொன்றாக வேண்டும், கிளம்புக! என்று முழக்கமிட்டான் நாசிகா எனும் கொடியோன்; ஆர அமர யோசிக்கவேண்டும் என்றனர், சிலர்; நாசிகாவோ, "பெரும் ஆபத்து நாட்டுக்கு வந்துவிட்டது! நீங்கள் கிளம்பாவிட்டால், நான் செல்கிறேன், துரோகியை ஒழித்துக் கட்ட" என்று கொக்கரித்தான். உடன் சென்றனர் அவன் போன்ற ஆத்திரக்காரர்கள். ஏற்கெனவே செல்வர்கள் திரட்டி இருந்த கூலிப்படை திரண்டது, சந்தைச் சதுக்கத்தில் பாய்ந்தது. பயங்கரமான போர் மூண்டது. முன்னூறு பேர்களுக்குமேல், டைபீரியசின் சார்பினர் படுகொலை செய்யப்பட்டனர். பாதகர்கள், டைபீரியசையும் கொன்றுவிட்டனர்.

ஏழைகளின் நல்வாழ்வுக்காக உழைத்தவனை, அடித்துக் கொன்றனர்! ஏழைகள் வாழ வழி வகுத்துத் தந்த உத்தமனை, தன்னலமின்றி, உயர்ந்த கொள்கைக்காகப் பாடுபட்ட இலட்சிய வீரனை, மனித மிருகங்கள் தாக்கிச் சாகடித்தன!

ரோம் நாட்டிலிருந்த காட்டுமுறையை மாற்றி அமைக்க விரும்பினான்; நாட்டின் முதுகெலும்பாக உள்ள ஏழை மக்களை வாழ வைத்தால் தான் நாட்டுக்கு மாண்பு என்று நம்பினான். தன்னலம், தற்பெருமை, எதற்கும் இடந்தராமல், தளராது உழைத்துவந்த வீரனை, தன்னலக்காரர்கள், படுகொலை செய்தனர்.

செல்வரின் ஆதிக்கத்தை எதிர்க்கத் துணிபவர்களை எப்படிச் சித்திரவதை செய்வோம் காணீர்! என்று கூறுவதுபோல, இலட்சியவாதிகளுக்கு எச்சரிக்கை தருவது போல, சந்தைச் சதுக்கத்திலே சழக்கர் கூடி, டைபீரியசைப் படுகொலை செய்தனர்.

கள்ளனும் காமுகனும், பிறர் பொருளைக் கொள்ளை அடித்து மாளிகை கட்டுவோனும், துரைத்தனத்துக்குத் துரோகம் இழைத்து, அதை இலஞ்சம் கொடுத்து மறைத்துவிடுவோனும், கற்பழித்தவனும் காதகனும், கனவானாகி, செனட்சபை உறுப்பினனாகி, விருது அணிந்த சீமானாகி, கொலு இருந்துவந்தான். ஏழைக்கு இதமளிக்கும் ஏற்பாடு பற்றியன்றி வேறொன்றின் மீதும் நாட்டம் கொள்ளாமல், மிரட்டலுக்கு அஞ்சாமல், தோல்வி கண்டு துவளாமல், மாளிகையின் மயக்க மொழி கேட்டு ஏமாந்துவிடாமல், உழைத்த உத்தமனைக் கொலை செய்துவிட்டனர், கொடியவர்கள்.

தங்கள் பாதுகாவலன் படுகொலை செய்யப்பட்டது கண்ட மக்கள், பதறினர்; கதறினர்; வேறென் செய்வர்? வெறிகொண்ட செல்வர் படை, துரத்தித் துரத்தித் தாக்குகிறது. எதிர்த்து நிற்கச் செய்யும் ஆற்றல் படைத்த தலைவன் இல்லை. செல்வர்களை எதிர்த்து நிற்கும் ஆற்றலை அளித்து வந்தவன் பிணமானான், மக்களோ நடைப்பிணமாயினர், மாளிகைகளிலே, மதுவருந்தி மகிழ்ந்தனர். ஏழைக் குடில்களிலே குலைநடுக்கம், கண்ணீர். முற்சியை முறியடித்துவிட்டோம் என்று வெற்றி பேசினர் வெறியர்; உத்தமனை இழந்துவிட்டோம் என்று விம்மிக் கிடந்தனர் எளியோர். டைபீரியஸ் கிரேக்கஸ், மறைந்தான். படுகொலைக்கு ஆளானான். வயது 36!

சோலை சுற்றியும், சொகுசுக்காரியின் மாலைக்கு அலைந்தும், வாழ்ந்துகொண்டிருக்கிறார்கள், அவனை ஒத்தவயதினர்,

ரோம் நகரில். டைபீரியஸ், உழைத்து, ஊராரின் நண்பனாகி, உலுத்தரின் சதியால், பிணமாகி விட்டான்.

36 வயது! வீரத்துக்கும் ஆர்வத்துக்கும் இடமளிக்கும் பொருத்தம் அமைந்த வயதினன்! கீர்த்திமிக்க குடும்பம்! தன் நிலையை உயர்த்திக்கொள்ள வாய்ப்புப் பெற்றவன். ஆனால், அவனோ, களம், செனட், காதல்கூடம் இவற்றிலே இன்பம் காணவில்லை; சந்தைச் சதுக்கத்திலே, ஏழையரிடமே, இன்பம் கண்டான். அவர்களுடைய முகத்திலே படிந்துகிடக்கும் கவலையைத் துடைக்கவேண்டும், அதுவே சிறந்த குறிக்கோள், பெறற்கரிய வெற்றி என்று எண்ணினான்; சிறந்த பணியாற்றினான். தூங்கிக்கிடந்த மக்களைத் தட்டி எழுப்பினான்; பேச வைத்தான்; போரிட நெஞ்சுரம் தந்தான்; நேர்மையாளனாக வாழ்ந்தான்; வஞ்சகர்களால் வீழ்த்தப்பட்டான்.

அறம் வீழ்ந்தது! அன்புரும் உயிரிழந்தது! ஏழைப் பங்காளன் பிணமானான்! எத்தர்கள் கொட்டமடிக்கின்றனர்; மக்கள் கதறுகின்றனர்!

அறிவும் அறமும் குழைத்து வீர உரையாக்கி, சந்தைச் சதுக்கத்திலே நின்றளித்துவந்த சிறந்த பேச்சளான், கேட்போர் உள்ளத்தைத் தன்பால் ஈர்க்கும் தகைமை வாய்ந்த பேச்சுவல்லேன், பிணமாக்கப் பட்டுவிட்டான். பேயுள்ளம் பூரிக்கிறது, தாயகம் போக்கமுடியாத கறையைப் பெறுகிறது.

கொன்றதுடன், கொடுமையாளர், திருப்தி அடையவில்லை, இழிவும் சொரிந்தனர். கண்களில் நீர் சோர, கேயஸ் கிரேக்கஸ், தன் அண்ணன் உடலை அடக்கம் செய்ய, எடுத்துச் செல்ல அனுமதி கேட்கிறான் - மறுக்கப்படுகிறது, ஆப்பிரிக்க மண்டிலத்தை ரோமுக்குக் காணிக்கையாகத் தந்த ரணகளச்

சூரன், ஸ்கிபியோவின் பேரன் டைபீரியஸ். மகனின் உடலை மாதா பெற முடியவில்லை.

அண்ணன் படுகொலை செய்யப்பட்டதை எதிர்த்து ஏதும் செய்யமுடியாத நிலையில், கேயஸ் கிரேக்கஸ் இருந்தான். வளமற்ற மனமல்ல; நாள் வரவில்லை; பக்குவப்பட்டுக்கொண்டு வருகிறான். ரோம் நாடு, எவ்வளவு கொடியவர்களின் உறைவிடமாகிக் கிடக்கிறது என்பது, கேயசுக்கும் புரியமாலிருக்குமா! தன் அண்ணனை நினைவிற் கொண்டு வந்தாலே போதும், ரோம் அவனுக்குப் புரிந்துவிடும். வெதும்பினான், வெகுண்டான். வாலிப உள்ளம், பழி தீர்த்துக் கொள்ள வேண்டும் என்றுதானே கொள்ளும். என் அண்ணனைச் சாகடித்த மாபாவியைக் கொன்று போடாமுன்னம் ஊணும் உறக்கமும் கொள்ளேன், என்று சூளுரை கூறி, வாள் எடுத்துக்கொண்டு, சந்தைச் சதுக்கத்தில் நின்றோ, மாளிகைகளில் புகுந்து மமதையாளர்களைத் தேடிப் பிடித்தோ பழி தீர்த்துக்கொள்ள வேண்டும் என்று எண்ணம் கொள்ளக்கூடிய வாலிபப் பருவம்தான். எனினும், கேயஸ், அறிவாளி. பழிதீர்த்துக் கொள்ளத்தான் வேண்டும். ஆனால் யார் மீது? நாசிகா மீதா? செச்சே! அவன் மந்தையிலே ஒருவன்!! அவன்மீதுமட்டும் வஞ்சம் தீர்த்துக்கொண்டால், பயன் என்ன? உருவத்தால் வேறு வேறு, எனினும் செல்வர் எல்லாம் உணர்ச்சியால் நாசிகாக்கள் தாமே! எனவே ஒருவனைக் கொன்று என்ன பயன்? முறையை ஒழித்தாக வேண்டும்! உலவுவது ஓர் அரவம் அல்ல; புற்றிலே பல; புற்றோ பலப்பல; அடவியிலே உள்ள புற்றுக்களோ ஏராளம்; எனவே அடவியையே அழித்தாக வேண்டும். அண்ணன் தொடுத்த அறப்போரைத் தொடர்ந்து நடத்தி வெற்றி காணவேண்டும், மாண்புமிக்க முறையிலே பழி தீர்த்துக்கொள்ளும முறை இதுதான், என்ற முடிவுக்கு வந்தான் கேயஸ். அந்தப் பெரும் பணிக்காகத் தன்னைப் பக்குவப்படுத்திக் கொண்டிருந்தான். வீரமும் அறிவும், நிரம்பியவன்; அண்ணன் மாண்ட சம்பவம் அறிவும்,

நிரம்பியவன்; அண்ணன் மாண்ட சம்பவம் கேயசுக்கு, நல்லாசான் தரும் பாடமாக அமைந்தது.

குறிக்கோளுக்காக அண்ணன் உயிரை இழந்தான் - அந்தத் தியாக உள்ளம் நமக்கும் உண்டு என்பதை நிலைநாட்ட வேண்டும். சந்தைச் சதுக்கத்திலே அண்ணனைக் கொன்று போட்டனர்; உடலைக் கூட ஆற்றிலே போட்டனர், இதைக் கண்டு இனி எவர்தான், ஏழைக்காகப் பரிந்து பேச முன்வருவர்! என்று எக்காளமிடுகின்றனர். அந்த எத்தர்கள். இதோ நான் இருக்கிறேன், டைபீரியசின் இளவல், அறப்போர் நடாத்துவேன், டைபீரியசின், தம்பி என்ற நிலைக்கு மாசு ஏற்பட விடமாட்டேன். அண்ணனிடம் கண்ட அதே ஆர்வம், அதே நெஞ்சு உரம், ஆற்றல், தம்பியிடம் இருக்கிறது, என்று நாடு காணவேண்டும். அதே துறையிலே நான் பணியாற்றாது போவேனாகில், நான் டைபீரியசுக்குத் துரோகமிழைத்தவனாவேன், என் குடும்பக் கீர்த்தியைக் கருக்கியவனாவேன்.

சந்தைச் சதுக்கத்திலே அவரைச் சாகடித்த போது, உயிர் பிரியுமுன், என் அண்ணன் என்னென்ன எண்ணினாரோ, அவர் மனக் கண்முன் என்னென்ன காட்சி தெரிந்ததோ! அறப்போர் - முதல் கட்டம் - முதல் பலி! இனி யார் முன்வருவார்கள்? அறப்போர் தொடர்ந்து நடைபெறுமா, அல்லது கொல்வார்களே என்று குலை நடுக்கம் பிறந்த, அனைவரும் ஒடுங்கிவிடுவார்களா? எதிர்காலத்தில் என்ன நடைபெறும்? யார், என் கொள்கையை மேற்கொண்டு, போரிடுவர்? என்றெல்லாம் எண்ணியிருப்பார்! என்னைப்பற்றி எண்ணாமலா இருந்திருப்பார்! என் தம்பி இருக்கிறான் கேயஸ், அவன் வாளா இருக்கமாட்டான். அவனிடம் ஒப்படைக்கிறேன் அறப்போர் நடாத்தும் பெரும் பொறுப்பை, என்று எண்ணியிருப்பாரா! இறந்தபடுமுன்னம் அவர் இதயத்திலே இந்த எண்ணங்கள் எழாமலா இருந்திருக்கும்? நிச்சயம் எண்ணியிருப்பார்? ஒரு கணம்,

நம்பிக்கைகூடப் பிறந்திருக்கும், நான் இருக்கிறேன் என்ற நம்பிக்கை பிறந்திருக்கத்தான் செய்யும். நான் வேறு எதற்கு இருக்கிறேன். தம்பி! என்று அழைத்தாரோ - "தம்பி இருக்கிறான் தருக்கர்களே! என்னைக் கொன்று போட்டுவிட்டால், போர் ஓய்ந்துவிடும், வெற்றி உங்களுக்குக் கிட்டிவிடும் என்று எண்ணாதீர், ஏமாளிகளே! தம்பி இருக்கிறான், என் வேலையை அவன் தொடர்ந்து செய்து வருவான். உங்களை வீழ்த்த வீரன் இருக்கிறான் - நான் கடைசி அல்ல - நான் துவக்கம் -" என்று முழக்கமிட்டிருப்பாரோ?

கேயஸ் கிரேக்கசின் உள்ளம் இவ்வாறெல்லாம் பேசாமலிருந்திருக்க முடியுமா!

அருமைக் குமாரனைப் பறிகொடுத்த கர்னீலியாவின் மனவேதனை சொல்லுந்தரத்ததாகவா இருந்திருக்கும்? பார்த்துப் பார்த்து மகிழ்ந்துவந்த தாய்! களம்சென்றான், கீர்த்திபெற்றான் மக்களிடம் மதிப்புப் பெற்றான். நாட்டுக் களங்கத்தைத் துடைக்கும் திட்டம் வகுத்தான். சமுதாயத்திலே புதிய திட்டம் புகுத்த அருபாடுபடுகிறான். ஊரெல்லாம் புகழ்கிறது; மக்கள், மண்டிலம் வென்ற மாவீரர்களைப் போற்றுவதைவிட அவனைப் போற்றுகிறார்கள். அவன் உரை கேட்டால் மகிழ்கிறார்கள், அவனைக் கண்டால் களிப்படைகிறார்கள், அவன் சொல்லைச் சட்டமெனக் கொள்கிறார்கள். 'காப்பாளர்' பதவியே, புதுமதிப்புப் பெறுகிறது மகனால்! அப்படிப்பட்ட மகனை, மாபாவிகள் கொன்றுவிட்டார்கள். தாய் உள்ளம் எப்படித் தாங்கிக் கொள்ளும்! எவ்வளவு பதைத்திருப்பார்கள்! எவ்வளவு கதறி இருப்பார்கள்? பாவிகளே! பாதகர்காள்! என் பாலகனை, பழி ஏதும் நினைத்தறியாதவனை, பிறருக்காக உழைத்து வந்தவனைக் கொன்றீர்களே! நீங்கள் வாழும் நாடு வாழுமா! - என்றெல்லாம் சபித்திடத்தானே செய்வார்கள். துக்கத்தைத் துடைத்துக் கொள்ளவோ, சம்பவத்தை மறந்துவிடவோ, முடியுமா!

ஆனால் கர்னீலியா, தாங்கிக் கொண்டார்கள்! அறப்போர் நடாத்தினான் நமது அருமை மைந்தன் - அற்பர்களால் கொல்லப்பட்டான் - புறமுதுகு காட்டவில்லை - சாவுக்கு அஞ்சி, கொள்கையைவிடவில்லை - மாவீரனாகவே இறுதிவரை இருந்தான் - அவனைக் கொன்றவர்கள் அவன் பெற்ற புகழைக் கொல்ல முடியாது - அவன் வாழ்கிறான் - என் நினைவில் - ஏழையர் கண்ணீரில் - எளியோரின் பெருமூச்சில் - வரலாற்றிலே அவன் வாழ்வான் - என் மகன் சாகவில்லை - என்மகன் சாகாப் பரம்பரை! - என்றெண்ணினார்கள்.

நான் மகனை இழந்தேன் - பெரும் வேதனை தான் - ஆனால் நாடு, ஒரு நன்மகனை இழந்துவிட்டது, நாடு வேதனையில் கிடக்கிறது. ஏழையர் உலகுக்குத் தன்னை அர்ப்பணித்துவிட்டான், என் மகன் - அவன் கொல்லப்பட்டது, எனக்குத் தரும் துக்கத்தைப் போலவே, ஒவ்வோர் ஏழையின் உள்ளத்துக்கும் தரும். அவன் என் மகனாகப் பிறந்தான், நாட்டவரின் மகனானான்! அவன் பொருட்டுத் துக்கிக்கும் உரிமை, எனக்கு மட்டுமல்ல, நாடு முழுவதுக்குமே வந்துவிட்டது! எனவே, அவன் மறைந்ததால் நான் மட்டுமே வேதனை அடைகிறேன் என்று கூறுவதே தவறு! நாட்டுக்கே வேதனை! என் வேதனையைப் பெரிதெனக் கொள்ளல் கூடாது; தாங்கிக் கொள்வேன்! வேதனையைத் தாங்கிக்கொள்ளக்கூடத் தெரியாமல், டைபீரியசின் தாயார் இருக்கக்கூடாது! நான், வீரனின் தாய்! அந்த வீரன், உயிர் இழக்கவே அஞ்சவில்லை! அவன் தாய்தான் நான் என்பதைக் காட்டவாகிலும், நான் கண்ணீரை அடக்கிக் கொள்ள வேண்டும்! என் கண்ணீரைக் கண்டால், என் மகனைச் சாகடித்த செருக்குமிக்கோர், கேலியன்றோ செய்வர்! பரிதாபம் காட்டுவர் சிலர், அது, கேலியைவிடக் கொடுமையன்றோ! “பாபம்! கர்னீலியா கதறுகிறாள். என்ன நேரிடும் என்பதறியாது, குதித்தான் கூத்தாடினான் டைபீரியஸ், இறந்துபட்டான், இதோ அவன் தாயார் அழுதபடி இருக்கிறார்கள்” என்று சுட்டிக் காட்டுவர்,

டைபீரியசுக்குத் துரோகம் செய்வதாகும் இந்த நிலை. "என் மகன் பெரும்பேறு அடைந்தான், பேதைகளே! நான் கண்ணீர் விடமாட்டேன்" என்றல்லவா, டைபீரியசின் தாயார் கூறவேண்டும். அப்போதல்லவா அக்கிரமக்காரர்கள் அஞ்சிச் சாவர்! அவன் சாக அஞ்சவில்லை, அவன் தாயோ, அவனை இழந்ததற்கும் அஞ்சவில்லை! என்று தெரிந்துகொள்ளட்டும், செல்வர்கள்.

கர்னீலியா துக்கத்தைத் தாங்கிக்கொண்டதன் கருத்தை உணரமுடியாதவர்கள், ஆச்சரியமடைந்தனர். ஆனால் வீர உள்ளம் படைத்த அந்த மூதாட்டி, புலம்பிக்கொண்டு மூலையில் கிடக்கவில்லை, 'ஒரு' மாணிக்கத்தை நாடு வாழ காணிக்கையாகக் கொடுத்தேன், தெரிந்துகொள்க!" என்று நாட்டுக்கு எடுத்துரைக்கும் நிலையில் வாழ்ந்திருந்தாள்.

மற்றும் ஒரு மாணிக்கம் இருக்கிறது - கேயஸ்.

இவனையாவது இழக்காமலிருக்க வேண்டும், என்று எண்ணி, அவனை, அண்ணன் கொண்டிருந்த ஆபத்தான வேலையிலே இறங்காதிருக்கப் பணித்திடுவாள், என்று பலர் எண்ணினர். ஆனால் கர்னீலியா, கேயசைத் தடுக்கவில்லை. குடும்பமே, இலட்சியத்தை அணியாகக் கொண்டு விட்டது!
கேயஸ் கிரேக்கஸ், நாட்டு வழக்கப்படி, களத்திலே பணிபுரியச் சென்றான்; துவக்கமே புகழ் தருவதாக அமைந்தது.

சார்டினியா எனும் இடத்தில் நடைபெற்ற சமரில், கேயஸ் புகழ் பெற்றான் - அதனினும் அதிகமாக, செல்வாக்குப் பெற்றான்.

மாரிக்காலம், கடுங்குளிர். போதுமான உடையின்றிப் படை வீரர்கள் வாடினர். ரோம் நகரிலிருந்தோ உதவி

கிடைக்கவில்லை. படைத் தலைவன் ஏதுசெய்வதென்று அறியாதிருந்தான். படைவீரர் படும் அவதிகண்டு, நமக்கென்ன என்று வாளா இருக்க மனம் இடம் தரவில்லை, கேயசுக்கு. 'நமக்கென்ன' என்று இருந்திருந்தால் சந்தைச் சதுக்கத்திலா இறந்திருப்பான், டைபீரியஸ். செனட்சபைச் சீமானாகவன்றோ இருந்திருப்பான் அவன் தம்பிதானே இவன்! எனவே அல்லலைத் துடைப்பது நமது கடன் என்று எண்ணினான். அண்டை அயலிடமெங்கும் சென்றான், உடைதிரட்ட, அவன் காட்டிய ஆர்வமும், கொண்ட முறையும் கண்டு, தாராளமாகப் பலரும் உதவினர், கொட்டும் குளிரினின்றும் தப்பிய போர் வீரர்கள் வாழ்த்தினர்.

கேயஸ் கிரேக்கசின் நற்குணத்தைப் பாராட்டி, வெளிநாட்டு வேந்தன், ரோம் நாட்டுப் படைக்கு, உணவு தானியம் அனுப்பி வைத்தான்.

இந்தச் 'செய்தி' ரோமுக்கு எட்டிற்று, சீமான்களைக் கொட்டிற்று!

நாட்டுப் படையிலே பணிபுரியும் ஓர் இளைஞன், பிறர் மனத்தைக் கவரும் பண்புடன் இருக்கிறான், அதனால் நாடு பயன் பெறுகிறது என்றால், நாட்டிலே மற்றையோர், அதிலும், வயதாலும் பதவியாலும் பெரியோர் ஆயினோர் மகிழத்தானே வேண்டும். ஆம்! என்போம் தயக்கமின்றி. அப்படி இருந்ததில்லை என்கிறது வரலாறு!! ஒருவன், செல்வாக்கு அடைகிறான் என்ற உடன் பொறாமை, பொச்சரிப்பு, அச்சம், இவையே எழுகின்றன ஆதிக்க உள்ளம் கொண்டோருக்கு. ரோம் அத்தகையோரின் கூடாராமாக இருந்தது. அதிலும் புகழ் பெறுபவன், யார்? அச்சமூட்டிய பெயர், டைபீரியஸ்! அவன் தம்பி, இவன்! இவனும், செல்வாக்குப் பெறுகிறான்! புதிய ஆபத்து!! - என்று சீமான்கள் எண்ணினர்.

கேயஸ் கிரேக்கஸ் செவிக்கு விஷயம் எட்டிற்று. எரிச்சலாயிற்று - ரோம் சென்றான், கேட்போர்க்கு விளக்கம் தரலாம் என்று.

"களத்திலே படைத் தலைவன் இருக்கிறான் - உடன் இருக்க வேண்டியவன் ஊர் திரும்பிவிட்டானே - பெருங்குற்றமல்லவா இது" என்று கண்டனர் கிளம்பிற்று; கட்டிக் கொடுத்த சோறு!

இந்தக் கண்டனம் ஓசை அளவில் போய்விட்டது. "என்மீதா கண்டனம், பெரியவர்களே! படைத்தலைவருடன் ஓராண்டு தங்கியிருந்தால் போதும், ஓய்வெடுக்கலாம் என்பது முறையாயிருக்கிறது. நானோ மூன்றாண்டுகள் ஊழியம் செய்த பிறகே ஊர் திரும்புகிறேன், இது எங்ஙனம் குற்றமாகும்? பலர் களம் சென்றனர், கொள்ளைப்பொருளுடன் வீடு திரும்பினர். நானோ பணம் கொண்டு சென்றேன், வெறுங்கையுடன் வீடு திரும்புகிறேன். மதுக்கிண்ணமும் கையுமாக மாடி வீட்டில் இருந்தவர்களெல்லாம் இப்போது, அந்தக் கோப்பைகளிலே தங்கக் கட்டிகளை நிரப்பிக் கொண்டு வந்துள்ளனர். நான் களம் சென்றேன்; கடும் போரில் ஈடுபட்டேன்; பொருளைக் கொள்ளையிடவில்லை; தாயகத்தின் புகழ் வளர்த்தேன்! இது, இந்நாளில் குற்றமா?" என்று கேயஸ் கேட்டபோது, வம்பர் வாயடைத்து நின்றனர்.

கேயஸ் கிரேக்கஸ், அண்ணன் போன்றே, பெறவேண்டிய பெரு வெற்றி, ரோம் நகரில்தான் இருக்கிறது என்ற கருத்து கொண்டவன். எனவே, மக்களுக்குத் தொண்டாற்ற முற்பட்டான். 'காப்பாளர்' பதவி பெறத் தேர்தலில் ஈடுபட்டான். ரோம் நகரில்மட்டுமல்ல, இத்தாலி முழுவதுமே வரவேற்றது. கேயஸ் கிரேக்கசுக்கு வாக்களிக்க, வெளி இடங்களிலிருந்து திரளான கூட்டம் வந்தது. நகரிலே அன்று இடநெருக்கடியே ஏற்பட்டதாம்!

முளையிலேயே கிள்ளிவிடவேண்டும் என்று முனைந்து வேலை செய்தனர் செல்வர்கள் - வெற்றி பெற்றான் கேயஸ். ஆனால், முதலிடம் கிடைக்கவில்லை, நாலாவது இடம் கிடைத்தது.

வாக்கெடுப்பிலே தான், செல்வர்களால் சூதுபுரிய முடியுமே தவிர, மக்கள் இதயத்திலே கேயஸ் இடம் பெறுவதை எங்ஙனம் தடுத்திடமுடியும்? டைபீரிசியசின் தம்பி! அவன்போன்றே ஆற்றலுள்ளவன்; ஏழைக்கு இரங்கும் பண்பினன். மக்கள் தங்கள் தலைவனைக் கண்டனர்; டைபீரியஸ் மறைந்ததால் ஏற்பட்ட பெருநஷ்டம் இனி ஈடு செய்யப்படும் என்று பெருமையுடன் பேசினர்.

"மக்கள்! எவ்வளவு பற்றும் பாசமும் காட்டுகிறார்கள். ஆனால், ஆபத்தான சமயத்தில், எவ்வளவு குழப்பமடைந்து விடுகிறார்கள். தங்களுக்காக உழைப்பவனை எப்படிப் பாராட்டு கிறார்கள். ஆனால், எத்தர்கள் ஏதேனும் கலகமூட்டினால், எவ்வளவு ஏமாந்து விடுகிறார்கள். என் அண்ணனைக் கண்கண்ட தெய்வமெனக் கொண்டாடினார்கள். ஆனால், அவரைக் காதகர் கொன்றபோது, விரண்டோடிவிட்டார்களே! - என்று எண்ணி கேயஸ் வருந்தினான்.

மக்கள் மகிழ்ச்சியுடன் வாக்குகளை நல்கினர்; காப்பாளர் ஆனான் - அண்ணனுடைய நினைவு நெஞ்சிலே வந்தது - மனம் உருகினான்.

"வெளிநாட்டார், ட்ரைப்யூனைப்பற்றி இழிவாகப் பேசியது கேட்டு வெகுண்டெழுந்து காப்பாளரின் கண்ணியத்தைக் காப்போம் என்று போரிட்டனர், மக்கள். மற்றோர் காப்பாளனுக்குச் சதுக்கத்தில் வழிவிட மறுத்தான் என்பதற்காக ஒருவனைக் கொன்று போடும்படி

உத்தரவிட்டனர், மக்கள்! அத்தகைய ரோம் நகரில் அன்பர்களே! என் அண்ணன் டைபீரியஸ் கிரேக்கசை, உங்கள் காப்பாளரை' கொடியவர்கள் கொன்றனர் - உடலை வீதியில் இழுத்துச் சென்றனர் - ஆற்றில் விட்டெறிந்தனர். உங்கள் கண்முன்னால் நடைபெற்றது, இந்தக் கொடுமை கண்டீர்கள்; என் செய்தீர்கள்!" என்று கேயஸ் கேட்டான், நெஞ்சிலே மூண்ட சோகத்தால் உந்தப்பட்டதால், என் சொல்வர்? கண்ணீர் சொரிவதன்றி வேறென்ன பதில் தரமுடியுமா?

இத்தகைய மக்களுக்காக நான் ஏன் வீணாக உழைக்க வேண்டும் என்று கேட்கவில்லை, கேயஸ் கிரேக்கஸ்.

மக்களுடைய நிலை இதுதான் என்றாலும்,அவர்களுக்கே பாடுபடுவேன் - நான் தியாகியின் தம்பி! என்று கூறுவதுபோல, ஆர்வத்துடன் பணியாற்றி வரலானான்.

பகுதி: 4

வெற்றிகள்மூலமாக அரசுக்குக் கிடைக்கும் பொதுநிலத்தை ஏழைகளுக்கே பகிர்ந்தளிக்கவேண்டும்.

படைவீரர்களுக்கு உடைகளைப் பொதுச் செலவில் தயாரித்துத் தரவேண்டும்.

பதினேழு வயதாவது நிரம்பப்பெற்றால் மட்டுமே படையில் சேர அழைக்கவேண்டும்.

ரோம் மக்களுக்கு இருப்பதுபோலவே வாக்களிக்கும் உரிமை இத்தாலி மக்கள் அனைவருக்கும் அளிக்கப்படவேண்டும்.

உணவு தானிய விலையை, ஏழைகளுக்குக் குறைத்திட வேண்டும்.

செனட் சபையின் நீதிமன்ற அதிகாரத்தைக் குறைப்பதுடன், அதிலே, ஏழையர்களின் சார்பிலே உறுப்பினர்களைச் சேர்த்துக்கொள்ளவேண்டும்.

இவை, கேயஸ் கிரேக்கஸ் தீட்டிய திட்டம். அரசிலே நீதி நிலவவேண்டும், நிர்வாகத்திலே நேர்மை இருக்கவேண்டும், சமூகத்திலே தோழமை மலரவேண்டும், பொதுநலம் எனும் மணம் கமழவேண்டும், என்ற நோக்கத்துடன், கேயஸ் கிரேக்கஸ், தன் புதுத்திட்டத்தைத் தீட்டினான்.
இறந்துபட்டான், இடர் ஒழிந்தது என்று எண்ணினோம்; இதோ டைபீரியஸ் மீண்டும் உலவுகிறான், கேயஸ் வடிவில்! என்று எண்ணினர் செல்வர்.

இந்த அரிய திட்டத்துக்காகப் பணியாற்றிடும் கேயசை, மக்கள், போற்றாதிருப்பரா? நமக்குப் பாதுகாவலன் கிடைத்துவிட்டான் என்ற மகிழ்ச்சி அவர்களுக்கு.

மக்களிடம், கேயஸ் கிரேக்கஸ் மிக நெருக்கமான தொடர்பு கொண்டான்.

முன்பெல்லாம், ரோம் நகரில் பேச்சாளர்கள், செனட்சபைக் கட்டிடத்தை நோக்கித்தான் பேசுவராம் - மக்களைப் பார்த்தல்ல! கேயஸ் கிரேக்கஸ் தான் முதன்முதலாக மக்களைப் பார்த்துப் பேச ஆரம்பித்தது!

சொல்லவேண்டியது மக்களிடமே ஒழிய செனட் சபையிடமா? என்று கேட்பது போலிருந்தது, கேயசின் புது முறை.

அரசு எவ்வழி செல்லவேண்டும் என்பதைத் தீர்மானிக்கும் ஆற்றலும் உரிமையும் படைத்தவர்கள், மக்களேயன்றி, சீமான்கள் கொலுவிருக்கும் செனட்சபை அல்ல, என்ற கருத்தை விளக்குவதாக அமைந்தது அந்தப் புதுமுறை.

மனுசெய்து கொள்வதாக இருந்தது முன்னைய முறை; இது மக்களைப் பரணி பாடிடச்செய்வதாக அமைந்தது.

கோரிக்கையை வெளியிடுவதல்ல கூட்டத்தின் நோக்கம், மக்களின் ஆற்றலை அரசாள்வோருக்கு அறிவிக்கும் செயலாகும், என்று தெரியலாயிற்று.

மக்களுக்குப் புதுநிலை பிறந்துவிட்டது என்பதைத் தெரிவிக்கும் நிகழ்ச்சியாயிற்று, புதுமுறை.

சொல்லில் வல்லவனான் கேயஸ் கிரேக்கஸ், செயலாற்றுவதில் சளைத்தவனல்ல. தானே முன்னின்று எல்லா வேலைகளையும் கவனிப்பான்.

பொதுப்பணிதானே, என்ற எண்ணத்தில் மற்றவர், ஏனோ தானோவென்று இருந்துவிடக்கூடும், கவைக்குதவாத முறையிலே காரியமாற்றக்கூடும், கண்மூடித்தனமாகச் செலவு செய்துவிடக்கூடும், - சிலர் வேண்டுமென்றே துரோகம் செய்யக்கூடும், பலர் அக்கறையின்றிக் காரியத்தைக் கெடுத்துவிடக்கூடும், எனவே, நாமே கவனித்து வேலைகளை முடித்தாக வேண்டும் என்ற தூய நோக்குடன், ஓயாது உழைத்தான், கேயஸ் கிரேக்கஸ்.

மக்கள், கேயஸ் கிரேக்கசை எப்போதும் காணலாம்; ஏதாவதொரு பொதுப்பணியில் ஈடுபட்டிருப்பான்.

பாதகன் செப்பனிடப்படுகின்றனவா, கேயஸ் அங்கு தான் காணப்படுவான். நிலங்களை அளவெடுக்கிறார்களா, கேயஸ் அங்குதான்! வேலை செய்வோர் சூழ, இங்குமங்கு மாகச் சென்றபடி இருப்பான். இவ்விதம், உழைக்கும் கேயசைக் கண்டு, மக்கள் உள்ளம் பூரித்தனர்.

மக்களின் ஆதரவு கிடைத்துவிட்டது - காப்பாளர் பதவி கிட்டிவிட்டது - இனி நமது வாதிடும் திறமையைக் கொண்டு, மேற்பதவிகளைத் தாவிப்பிடிப்போம், என்று எண்ணும் சுயநலமிகளையும், மக்களிடம் கெஞ்சிக் கூத்தாடி இடம் பிடித்துக்கொண்டு, காரியமானதும், மக்களை ஏறெடுத்தும் பார்க்காத எத்தர்களையும், மக்களை வாழ்த்தி வணங்கி, ‘வாக்கு’ பெற்றுக்கொண்டு, வரம் கிடைத்தான பிறகு, வறண்ட தலையரின் தயவு நமக்கு ஏன் என்று இறுமாந்து, மக்களுக்கு, அறிவுரை கூறுவதாக நடித்து அவர்களின் தன்மானத்தைத் தகர்க்கும் தருக்கர்களையும், மக்களின்

‘காப்பாளர்’ என்ற கெண்டையை வீசி, இலஞ்ச இலாவண்யம், சீமான்களின் நேசம் ஆகிய வரால்களைப்பிடிக்கும் வன்னெஞ்சர்களையும், எதிரிகளுடன் குலவும் துரோகிகளையும், பார்த்துப் பார்த்து வாடிய நெஞ்சினர் மக்கள் - அவர்கள்முன், ஏழைக்காக அல்லும் பகலும் ஆர்வத்துடன் உழைக்கும் கேயஸ் கிரேக்கஸ் உலவியபோது, மக்கள், நமது வாழ்வின் விளக்கு இந்த வீரன், என்ற வாழ்த்தாதிருக்க முடியுமா? மீண்டும் கேயசைக் காப்பாளராகத் தேர்ந்தெடுத்தனர், வலிய இந்த ‘இடம்’ தந்தனர். செல்வாக்கு இந்த அளவு செல்லக் கண்ட செல்வர்கள் கத்தி தீட்டலாயினர்!

இனிக்க இனிக்கப் பேசுகிறான் - இதைச் செய்கிறேன் அதைச் சாதிக்கிறேன் என்று தேன் சிந்துகிறான் - மக்களின் உரிமை பற்றி முழக்கமிடுகிறான் - எனவே மக்கள், அவனைப் பின்பற்றுகிறார்கள். இதைக்குலைக்க, இவனைவிடத் தீவிரமாகப் பேசும் ஆளைத் தயாரிக்க வேண்டும். இவன் குளம் வெட்டுவேன் என்றால், அவன் கடல் தோண்டுவேன் என்றுரைக்க வேண்டும்! இவன் பூமாலை தருகிறேன் என்றுரைத்தால், அவன் பூந்தோட்டமே தருகிறேன் என்று பேச வேண்டும்! இவ்விதம் ஒருவனைக் கிளப்பிவிட்டால், ஏமாளிகள் தானே மக்கள், இவனை விட்டு விடுவர், புதியவனைப் போற்றத் தொடங்குவர், இவன் செல்வாக்கு சரியும்; புதியவனோ நடிகன், நம் சொல்தாண்ட மாட்டான், பார்த்துக் கொள்வோம், என்று ஒரு தந்திரத் திட்டம் வகுத்தனர், தன்னலக்காரர். இந்தப் பாகத்தைத் திறம்பட ஏற்று நடத்த ட்ரூசஸ் என்பான் முன்வந்தான். அவனுக்கும், செனட்சபைச் சீமான்களுக்கும் ஒப்பந்தம். ஊர் அறியாது இரகசியத்தை.

ரோம் நாடு, வெற்றிபெற்று தனதாக்கிக் கொண்ட நாடுகளிலே, ஏழையர்கள் சென்று குடி ஏற இரண்டு வட்டாரங்கள் அமைப்பது என்று, கேயஸ் கிரேக்கஸ் திட்டம் கூறினான்.

“இரண்டே இரண்டு தானா! பன்னிரண்டு வேண்டும்!” என்றான், நடிப்புத் தீவிரவாதி ட்ரூசஸ்.

“ஏழைகள் பெறும் நிலத்துக்காக, அவர்கள் சிறுதொகை வரி செலுத்த வேண்டும்” என்றான் கேயஸ்.

“வரியா? ஏழைகளா! கூடாது, கூடாது! ஏழைகளுக்கு இனாமாகவே நிலம் தர வேண்டும்” என்றான் ட்ரூசஸ்.

கேயஸ் கிரேக்கசைவிட புரட்சிகரமான திட்டங்களைத் தன்னால் புகுத்த முடியும் என்று வீம்பு பேசித்திரியலானான். கேயஸ், செனட் சபையின் விரோதத்தைக் கிளறி விட்டுவிட்டான். எனவே அவன் கூறும் திட்டங்களை செனட் ஏற்காது - என் நிலையோ அவ்விதமல்ல, என் திட்டங்களைச் செனட்சபையும் ஏற்றக் கொள்ளும், என்று வேறு பசப்பினான்.

மக்கள் மனத்திலே, குழப்பத்தை மூட்ட இந்தப் போக்கு ஓரளவுக்குப் பயன்பட்டது.

கேயஸ் கிரேக்கஸ், மக்களுக்காக நிறைவேற்றப்படும் எந்தப் பொதுப் பணியையும் தானே முன்னின்று நடத்தி வந்தான். மக்களும் அவனது தொண்டின் மேன்மையைப் பாராட்டினார்கள் - இதையே கூட ட்ரூசஸ் திரித்துக் கூறினான் - கேயஸ் கிரேக்கஸ் எதேச்சாதிகாரி, ஒருவரையும் நம்பமாட்டான், எல்லாம் தனக்குத்தான் தெரியும், தன்னால்தான் சாதிக்க முடியும் என்ற அகம்பாவம் கொண்டவன், ஒருவரையும் ஒழுங்காக வேலைசெய்ய விடமாட்டான், எல்லாவற்றிலும் தலையிடுவான், தற்பெருமைக்காரன், எல்லா அதிகாரமும் தன்னிடமே வந்து குவிய வேண்டும் என்ற எண்ணம் கொண்டவன், என்று தூற்றித் திரிந்தான்.

ஆப்பிரிக்காவிலே, ஒரு புது மண்டிலம் அமைக்கும் பணியாற்ற கேயஸ் கிரேக்கஸ் அங்குச் சென்றிருந்த சமயத்தில், ட்ரூசஸ், வேகமாக இந்த விபரீதப் பிரசாரத்தை நடத்தி வந்தான். எதிர்ப்பு முளைக்கும் வண்ணம் வதந்திகளைக் கிளப்பிக் கொண்டிருந்தான்.

கேயஸ், ரோம் நகரில் இல்லை, இவனது தவறான பேச்சுகளை, மறுத்துரைக்க. எனவே, ட்ரூசஸ் சண்டப் பிரசண்டனானான். புல்வியஸ் எனும் நண்பன், கேயசின் ஏற்பாட்டின்படி, செல்வர்களின் நிலங்களை அளவெடுத்து ஏழைகளுக்காக்கும் காரியத்தைச் செய்து வந்தான். அவன்மீது பழி சுமத்தி, வழக்குத்தொடுத்தான், வஞ்சக ட்ரூசஸ்.

இரண்டு திங்களுக்குப் பிறகு ஊர் திரும்பிய கேயஸ், தன்னை வீழ்த்த வெட்டப்பட்டிருக்கும் நச்சுப் பொய்கையைக் கண்டான்; மக்களை அழைத்தான், தன் புதுத் திட்டங்களுக்கு ஒப்பம் அளிப்பதற்காக. ரோம் நகருக்கு வெளியே இருந்தும் ஏராளமான மக்கள் வந்தனர்; செனட் அவர்களை உடனே சென்று விடுமாறு கட்டளையிட்டது. அதைக் கவனிக்கவேண்டாம்,- நானிருக்கிறேன் அஞ்சாதீர்கள், என்று கூறினான் கேயஸ். ஆனால் அச்செனட் சபை, காலிகளை ஏவி, வெளியூர்க்காரர்களைத் தாக்கித் துரத்திற்று.

கேயஸ் கிரேக்கசின் ஆற்றல் இவ்வளவுதான்! என்று கைகொட்டிச் சிரித்து, கலகமூட்டும் பேர்வழிகள், மக்கள் மனத்தைக் கலைத்தனர். செல்வர்கள், கேயஸ் மீண்டும் 'காப்பாளர்' பதவிபெற முடியாதபடி, தில்லுமுல்லுச் செய்தனர்; வென்றனர்.

ஆப்டிமஸ் என்பான், கான்சல் பதவியில் அமர்ந்தான் - அவன் சீமான்களின் நண்பன். எனவே, அவன், கேயஸ்கிரேக்கஸ் புகுத்திய சட்டங்களை ரத்து செய்யமுனைந்தான்.

அரும்பாடுபட்டுக் கட்டிய அறநெறியை அக்கிரமக்காரன் அழிக்கக் கிளம்பினான். அதனைத் தடுத்திடும் 'காப்பாளர்' இல்லை. இரவு பகலாகச் சிந்தித்துச் சிந்தித்துச் சித்தரித்த ஓவியத்தை அழிக்கிறான், புரட்சியில் பூத்தமலரைக் கசக்கிப்போடுகிறான், தடுத்து நிறுத்தும் ஆற்றல் இல்லை. கேயஸ் 'காப்பாளர்' பதவியில் இல்லை. எனினும், கேயஸ், இதைத்தடுக்கும் முயற்சியில் ஈடுபடும்படி மக்களிடம் கூறினான்; பலம் திரண்டு வந்தது. ஆத்திரமுற்ற மக்கள், அக்கிரமம் புரியத் துணிந்த கான்சலின் பணியாள் ஒருவன் பதற்றமாக நடந்து கொண்டதற்காக, அவனைக் கொன்றுவிட்டனர்; கேயஸ் இதைக் கண்டித்தான்.

செல்வர், இறந்தவனைக் காட்டி ஓலமிட்டனர். ஐயகோ! அக்கிரமத்தைக் காணீர்! படுகொலை புரிந்து விட்டனர், ஊழியனே! என்று முகத்திலறைந்து கொண்டு அழுதனர்.

சந்தைச் சதுக்கத்திலே இந்த விந்தைக் காட்சி! எந்தச் சந்தைச் சதுக்கத்திலே டைபீரியசைத் தாக்கிச் சாகடித்தனரோ, நூற்றுக்கணக்கான ஏழை எளியவரைக் கொன்று குவித்தனரோ, எந்த இடத்தில் மனித மிருகங்கள் உத்தமர்களைப் பிய்த்து எறிந்தனவோ, அதே இடத்தில், இந்த மாய்மாலம்!!

அரசுக்குப் பேராபத்து வந்துவிட்டது - இனிக் கடுமையான நடவடிக்கை எடுக்கவேண்டியது தான் - என்று செனட் அறிவித்துவிட்டது - சமயம் வாய்த்தது என்று கிளம்பினர், செல்வர்கள். படைக்குக் குறைவு என்ன, பணம் இருக்கும்போது! செல்வர்கள் தங்கள் முழு வசதியையும்

பயன்படுத்தினர். கேயஸ் கிரேக்கஸ் பலிபீடம் செல்லவேண்டியவனாகிவிட்டான். ஏழையர் அவன் பக்கம்தான் நின்றனர். எனினும் களத்தில் வென்றார்கள், கடும் போரிட்டுப் பயிற்சி பெற்றவர்கள். இரத்தத்தை உறிஞ்சிப் பழக்கப்பட்டவர்கள், ஈரமற்ற நெஞ்சினர், சுகபோகத்தை இழக்கக் கூடாது என்ற எண்ணத்தால் வெறியரானவர்கள், கேயசுக்கு எதிராகக் கிளம்பினர். அரசு அவனுக்கு எதிராக! அவன் படைவரிசையிலேயோ, உழைத்து அலுத்த உத்தமர்கள்! ரோம் நகரச் சீமான்களின் முகாமில், குடி, கொண்டாட்டம், வெறிச் செயல்கள்; கேயஸ் முகாமில், உறுதி, வசதிக் குறைவு.

கேயஸ் கிரேக்கசைச் சுற்றிலும் தீயாலான வளையம் - தப்புவது இயலாத காரியம் என்றாகிவிட்டது நிலைமை.

கேயஸ் கலங்கவில்லை! அண்ணனை அடித்து ஒழித்த அதே 'வெறி' தன்னைப் பலிகொள்ள வருவதை உணர்ந்தான் - இது பலி தரும் நாட்கள் - வெற்றிக்கு அச்சாரம்! என்று எண்ணிக் கொண்டான்.

எவ்வளவு வேண்டுமானாலும் முழக்கமிடுவார்கள்; ஆனால் உயிருக்கு உலை வருகிறது என்று தெரிந்தால், அடங்கிவிடுவர்; இதுதான், இந்த ஏழைக்காகக் கிளம்பும் வீரர்கள் இயல்பு, என்று கனவான்கள் கேலி செய்ய விடுவானா, டைபீரியசின் இளவல்!

சிறு உடைவாளை எடுத்துச் செருகிக்கொண்டான்; சந்தைச் சதுக்கம் கிளம்பினான்.

கேயசின் துணைவி, நிலைமையை அறிந்தாள்; பதறினாள்.

"ஆருயிரே! செல்லவேண்டாம்! படுகொலை செய்யும் பாதகர்கள் உள்ள இடத்துக்குப் போகாதீர்! பழி பாவத்துக்கு

அஞ்சாதவர்கள் அவர்கள்! இன்னுயிரே! களமல்ல, நீர் செல்லும் இடம். களத்திலே, வீரம் இருக்கும், வஞ்சகம் இராது. ஆற்றலைக் காட்டலாம், வெல்ல வழி உண்டு. இல்லையேல், வீரமரணம் கிட்டும். ஆனால், வெறியர்கள், எந்த வஞ்சகமும் செய்யக் கூசாதவர்கள் கூடிக் கொக்கரிக்கும் இடம், இப்போது நீர் போக விரும்பும் சந்தைச் சதுக்கம். அன்பே! அங்குச் சென்றால், உம்மைப் படுகொலை செய்துவிடுவர் - உடலைக்கூடத் தரமாட்டார்கள். ஆற்றிலல்லவா அண்ணன் உடலை வீசினார்கள். வேண்டாம், போகாதீர்!'' என்று துணைவி கரைந்துருகிக் கதறுகிறாள்; மகன் அழுதுகொண்டு நிற்கிறான். கேயஸ் என்ன பதில் கூறமுடியும்? துணைவி கூறுவது அவ்வளவும் உண்மை; மறுக்கமுடியாது. ஆனால், போகாமலிருக்க முடியுமா? உயிரா, பெரிது? விழிப்புணர்ச்சி அளித்து விட்டோம். இன்று இல்லாவிட்டால் மற்றோர் நாள், வெற்றி ஏழையருக்குக் கிடைத்தே தீரும். என்னைக் கொல்வர்; எனினும், நான் உயிருடன் இருந்தபோது செய்த தொண்டுக்குச் சிகரமாக அல்லவா, அந்தச் சாவு அமையும். ஏழைக்காகப் பரிந்து பேசமட்டுமல்ல, சாகவும் தயாராகச் சிலர் முன்வந்துவிட்டனர் என்பது உறுதிப்படுத்தப்பட்டால் தான்-, விடுதலை கிடைக்கும் மக்களுக்கு - என்று எண்ணினான். துணைவியின் அணைப்பிலிருந்து தன்னை விடுவித்துக் கொண்டான். தரையில் புரண்டழுகிறாள், துணைவி; தளிர் வாடுகிறது; தன்னலமற்றோன், மரணத்தை நாடிச் செல்கிறான்.

அமளி! வெறியாட்டம்! படுகொலை! பயங்கர நிலைமை!

செல்வர் கரமே ஓங்குகிறது கொல்லப்படுகிறார்கள், கொடுமையை எதிர்த்தோர்.

நிலைமை கட்டுக்கு அடங்குவதாக இல்லை. கேயஸ் கிரேக்கஸ், இரத்தவெள்ளம் பெருகக் கண்டான்.

நியாயத்தைப் பெற, இவ்வளவு கடுமையான விலையா? என்று எண்ணி வாடினான்.

கயவர் கரத்தால் மாள்வதைவிட, தற்கொலை செய்து கொள்ளலாம் என்று துணிகிறான். நண்பர் சிலர் தடுக்கிறார்கள். இந்தப் பொல்லாத புயல் வீசுமட்டும் வேறோர் புகலிடம் தேடிக்கொள்வது நல்லது; புயலின் வேகம் தணிந்ததும், திருப்பித் தாக்குவது பயன் தரும், என்று கூறினர். கேயஸ், அமளி நடைபெறும் இடத்தைவிட்டு அகன்றான்.

வழிநெடுக, அவனை வாழ்த்துகிறார்கள். "நல்லோனே! இந்த நாசச் சுழலில் சிக்காதே! புகலிடம் செல், பதுங்கிக்கொள், காரிருள் நீங்கும், கதிரவன் என வெளிவருவாய் பிறகு" என்று கூறினர்.

கேயஸ் கிரேக்கசுக்கு, அவர்களின் அன்புகனிந்த சொல் மகிழ்வூட்டிற்று. எனினும் நிலைமையும் தெளிவாகப் புரிந்துவிட்டது. செல்வர்கள் வெற்றிபெற்றுவிட்டார்கள்; புரட்சியைப் பொசுக்கித் தள்ளிவிட்டார்கள்; வஞ்சம் தீர்த்துக் கொண்டார்கள். இந்தக் கடும் தாக்குதலுக்குப் பிறகு, ஏழையர், உரிமைப் போர்புரியும் ஆற்றலை மீண்டும் பெறுவதென்பது இயலாத காரியம். இந்தச் சித்ரவதைக்குப் பிறகு, சீரிய முயற்சி எது எடுத்தாலும், மக்கள் ஆதரிக்க முன்வரமாட்டார்கள் என்று, எண்ணினான். துக்கம் நெஞ்சைத் துளைத்தது!

"நண்பா!" என்றழைத்தான், தன் உடன் வந்த பணியாளனை.

"என்ன ஐயனே!"

"எனக்கோர் உபகாரம் செய்"

“கட்டளையிடும், ஐயனே! காதகர்மீது பாயவா!”

“வீரம் அல்ல, நண்பனே! நான், உதவி கேட்கிறேன்.”

“மனத்தைக் குழப்புகிறீரே, ஊழியக்காரன் நான்!”

“என்னைக் கொடியவர்கள் கொல்லச் சம்மதிப்பாயா?”

“உயிர் போகும்வரை அவர்களை அழிப்பேன்! ஒரு சொட்டு இரத்தம் என் உடலில் இருக்குமட்டும் உமது பக்கம் நின்று போரிடுவேன்.”

“நன்றி! மிக்க நன்றி! என்னை அக்கொடியவர்கள் கொன்று, வெற்றி வெறி அடையவிடக்கூடாது. கடைசியில் கேயஸ் கிரேக்கஸ், எங்கள் கரத்தால் மாண்டான் என்று செருக்குமிக்கோர் பேச இடமளிக்கக்கூடாது. கடைசிவரையில் கேயஸ் கிரேக்கஸ் நம்மிடம் சிக்கவில்லை, என்று அவர்கள் கூறவேண்டும்.”

“நிச்சயமாக! அந்தக் கொடியவர் கரம், தங்கள் மீதுபட விடமாட்டேன்”

“அவர்களிடம் நான் சிறைப்படுவதும், கேவலம் இழிவு; என் குடும்பத்துக்குக் களங்கம்; நான் கொண்ட கொள்கைக்குக் கேவலம் ஏற்படும்.”

“உண்மைதான்! அந்த உலுத்தர்களிடம் உத்தமராகிய தாங்கள் சிறைப்படுவது, கூடவே கூடாது”

“ஓடிவிடவும் கூடாது! ஓடிவிட்டான் எமக்கு அஞ்சி! கோழை! என்று தூற்றுவர். சகிக்கமுடியாத அவமானம். என் தாய்க்கு நான் துரோகம் செய்தவனாவேன். மாண்டுபோன என்

அண்ணன் மீது ஆணை, நான் அத்தகைய இழிவைத் தேடிக் கொள்ளமாட்டேன். ஓடக்கூடாது."

"ஆமாம்! கோழை என்ற ஏச்சுகூடாது"

"அப்படியானால், நண்பனே! எண்ணிப் பார்! பணிதல் கூடாது, ஓடி ஒளிவது கேவலம், அவர்களால் கொல்லப்படுவதும், இழிவு..."
"ஆமாம்..."

"ஆகையால், நண்பனே! உன் கரத்தால் என்னைக் கொன்றுவிடு!"

"ஐயோ! நான் கொல்வதா! தங்கள் பொருட்டுச் சாக வேண்டிய நான், தங்களைக் கொல்வதா!"

"இழிகுணம்படைத்த செல்வர் என்னைக் கொல்வது, சரியா, நண்பா! அவர்களிடம் என்னை ஒப்படைக்கலாமா? நண்பன் செய்யும் செயலா? வெட்டுண்ட என் சிரம், அந்தச் செருக்கர் காலடியில் கிடப்பதா? எனக்கு நீ செய்யும் 'சேவை' இதுவா? விசாரப்படாதே; நான், இறுதிவரையில் வீரனாகவே இருக்கவேண்டும். என் எதிரிகளிடம் காட்டிக் கொடுக்காதே. எடு வாளை! வீசு! நான் சாகவேண்டும், அவர்களால் சாகாமலிருக்க"

"இதென்ன கொடுமை"

"வீரன் தேடும் விடுதலை இது. யோசிக்காதே - எடு, வாளை"

“தங்களைக் கொன்ற மாபாவியாகி நான் வாழ்வதா? நான் இறந்து படுகிறேன்”

“நீயும் வீரன், சந்தேகமில்லை. இருவரும் மரணத்தை தேடிக்கொள்வோம். எத்தரிடம் சிக்கமாட்டோம். உனக்கு நான், எனக்கு நீ! எடு, வீசு! நானும், வீசுகிறேன், எடுத்தேன் வாளை”

வீரன் கேயஸ் கிரேக்கஸ், தன் உடன் வந்த பணியாள் பிலோகிராடிசுக்கு நிலைமையை விளக்கினான், உறுதியை வெளியிட்டான்.

பிலோகிராடிஸ், கேயசைக் குத்திக் கொன்றுவிட்டு, தானும் குத்திக் கொண்டு இறந்தனர்.

டைபீரியஸ் - கேயஸ் - இருசகோதரர்கள். இணையில்லா இடம் பெற்றுவிட்டனர், மக்கள் உள்ளத்தில்.

மலைப்பாம்பிடம் சிக்கி, சிக்கிய நிலையிலேயே, அதன் வலிவைப் போக்கவாவது முயற்சிப்போம் என்று துணிந்து போராடி, அந்த முயற்சியிலேயே உயிரிழந்த பரிதாபம் போன்றது, இரு சகோதரர்களின் கதை.

சீறிவரும் செல்வர்களை எதிர்த்து நின்று தாக்கினர், கொல்லப் பட்டனர், எனினும் அந்த முயற்சியின்போது பூத்த வீரமும், தியாகமும், விழிப்புணர்ச்சியும், மன எழுச்சியும், ஏழையரை வாழ்விக்கத் தயாரிக்கப்பட்ட மாமருந்து ஆயிற்று. பெருநெருப்பில் சிக்கி சிறு குழந்தையைக் காப்பாற்ற, தீச்சுழலுக்கு இடையே புகுந்து, உடல்கருகி, வெந்து சாம்பலாகும் வீரம்போல், இரு சகோதர்கள், அறப்போர் நடத்தினர். அவர்களை அழித்தனர் அக்கிரமக்காரர். எனினும்,

அக்கிரமத்தை எதிர்க்கும் பண்பு அழிந்து படவில்லை - வளர்ந்தது.

இரண்டு மாணிக்கங்களையும் இழந்த மூதாட்டி கர்னீலியா, தன் துக்கத்தைத் தாங்கிக் கொண்டு, வீரர் இருவர் வாழ்ந்தனர், வீழ்ந்துபடும் வரையில் கொள்கைக்காக உழைத்தனர், என் மக்கள் அவர்கள், என்று பெருமிதத்துடன் கூறிவந்த காட்சி கண்டு ஆறுதல் கூற வந்தோர்களே, அதிசயப்பட்டனர்! அம்மையின் வீர உள்ளம், அவ்விதம் அமைந்திருந்தது.

கொடுமைக்கு ஆளான அந்தத் தூயவர்களை. எண்ணி, எண்ணி, மக்கள் கசிந்துருகினர்.

கிரேக்கஸ் சகோதரர்களுக்கும் அன்னை கர்னீலியாவுக்கும், உருவச் சிலைகள் அமைத்தனர்; வீர வணக்கம் செலுத்தினர்.

ரோம் நாட்டு வரலாற்று ஏட்டிலே மட்டுமன்றி, உலக வரலாற்று ஏட்டிலேயே, உன்னதமான இடம் பெறத்தக்க பெருந்தொண்டாற்றி, தியாகிகளான, இரு சகோதர்களின் காதை இல்லாமையை ஓட்டி, பேதமற்ற சமுதாயத்தைச் சமைக்கும் பெருமுயற்சி வெற்றிபெறப் பாடுபடுபவர்களுக்கெல்லாம், உணர்ச்சி அளிக்கும் காதையாகும்.

(திராவிடநாடு - 1955)

★★★

9 788198 796332